# ചിരിവിരിയും കഥകൾ

## (കഥാസമാഹാരം)

### പി.സി റോക്കി

First Published in MAY 1 2024

**Published by**

**KP INTERNATIONAL PUBLICATION**

**Published in London**

113 Oakfield Road

London E61 LN

England.

Mob-0044 7940570677,

+91 9995153455

## പി.സി. റോക്കി

ഈസ്റ്റ് ചേരാനല്ലൂരിൽ പുത്തൻകുടി ചാക്കപ്പന്റേയും ഏല്യയുടെയും  മകനായി ജനനം. ഹൈസ്കൂൾ വിദ്യാഭ്യാസത്തിനു ശേഷം വെസ്റ്റ് ബംഗാളിൽ വിവിധ എക്സ്പോർട്ടിംഗ് കമ്പനികളിൽ സ്റ്റെനോഗ്രാഫറായി സേവനമനുഷ്ഠിച്ചു. അസുഖം മൂലം നാട്ടിലെത്തിയ ശേഷം സർക്കാർ സർവ്വീസിൽ പ്രവേശിച്ചു.

ഇ.എസ്.ഐ ആശുപത്രിയിൽ ജോലി ചെയ്തിരുന്നപ്പോൾ ആശുപത്രി ജീവനക്കാരുടെ സംഘടനയായ ഇൻഷുറൻസ് മെഡിക്കൽ സർവ്വീസ് സ്റ്റാഫ് യൂണിയൻ ജില്ലാ പ്രസിഡന്റായും സർക്കാർ ജീവനക്കാരുടെ സംഘടനയായ ഹാൻഡിക്യാപ്ഡ് എംപ്ലോയീസ് അസോസിയേഷൻ ജില്ലാ പ്രസിഡന്റായും പ്രവർത്തി ച്ചിരുന്നു. കേരള നദീസംരക്ഷണ സമിതി പെരുമ്പാവൂർ മണ്ഡലം പ്രസിഡന്റ് എന്ന നിലയിലും ശോഭിച്ചിരുന്നു.

ഫ്രീലാൻസ് പത്രപ്രവർത്തകനായും കുറേക്കാലം പ്രവർത്തിച്ചു. ആനുകാലികങ്ങളിൽ ലേഖനങ്ങളും കഥകളും എഴുതാറുണ്ട്. പരിസ്ഥിതി, വികലാംഗശബ്ദം, മനുഷ്യാവകാശ സംഘടന, ജോയിന്റ് ക്രിസ്ത്യൻ കൗൺസിൽ എന്നിങ്ങനെ വിവിധ സംഘടനകളിൽ സജീവമായി പ്രവർത്തിക്കുന്നു.

പെൻഷൻ പറ്റിയ ശേഷം മുഴുവൻ സമയ സാമൂഹ്യപ്രവർത്തനങ്ങളിൽ ഏർപ്പെട്ടിരുന്നു. അഴിമതി, അനീതി, അവകാശനീതി നിഷേധങ്ങൾ, വികസനമുരടിപ്പ്, അന്ധവിശ്വാസങ്ങൾ അനാചാരങ്ങൾ ഇവയ്ക്കെതിരേ നിരന്തര പോരാട്ടങ്ങളിൽ വ്യാപതനാണ്. നിരവധി പൊതുപ്രശ്നങ്ങൾക്കുവേണ്ടി നിരന്തരം സമരം ചെയ്ത് അവയ്ക്കെല്ലാം പരിഹാരങ്ങൾ ഉണ്ടാക്കിയിട്ടുണ്ട്.

അച്ഛാ ദേ മാവേലി (ഹാസ്യകഥകൾ), ദുഃഖമരം, സ്പെല്ലിംഗ് മിസ്റ്റേക്ക്, ഇന്നു ഞാൻ നാളെ നീ (കഥാസമാഹാരങ്ങൾ), എന്റെ സാമൂഹ്യ ഇടപെടലുകളുടെ കാണാപ്പുറങ്ങൾ (പരിദേവനങ്ങൾ, പ്രതികരണങ്ങൾ), കോഴി കുറുക്കച്ചനെ തോൽപ്പിച്ച കഥ, ക്ലാസ് റൂം ചിരിമൊഴികൾ (ബാല്യസാഹിത്യം) എന്നിവ പ്രധാന കൃതികളാണ്.

# അവതാരിക

നല്ലൊരു എഴുത്തുകാരനും സാമൂഹ്യപ്രവർത്തകനുമായ പി.സി റോക്കിയുടെ പുതിയ കഥാസമാഹാരമാണ് 'ചിരിവിരിയും കഥകൾ'. പതിനഞ്ച് നർമ്മ കഥകളാണ് ഇതിലെ ഉള്ളടക്കം. റോക്കി ഒരു എഴുത്തുകാരൻ മാത്രമല്ല അറിയപ്പെടുന്ന സോഷ്യൽ ആക്ടിവിസ്റ്റും കൂടിയാണ്. എന്റെ സാമൂഹ്യ ഇടപെടലുകളുടെ കാണാപ്പുറങ്ങൾ എന്ന ഒരു പുസ്തകം തന്റെ സാമൂഹ്യ ഇടപെടലുകളെ ക്കുറിച്ച് എഴുതിയിട്ടുണ്ട്.

പരാതികളുടെ തമ്പുരാൻ എന്നാണ് മംഗളം പത്രം റോക്കിയെ വിശേഷിപ്പിച്ചിരിക്കുന്നത്. മാതൃഭൂമി പത്രമാകട്ടെ പരാതികളുടെ സഹയാത്രികൻ എന്നാണ് അഭിസംബോധന ചെയ്തിരിക്കുന്നത്. റോക്കിയുടെ പരാതികൾ തീരുന്നില്ലായെന്ന് മലയാള മനോരമ റിപ്പോർട്ട് ചെയ്തിരിക്കുന്നു. മാധ്യമമാകട്ടെ പരാതി പടവാളാക്കിയ റോക്കി എന്നാണ് സൂചിപ്പിച്ചിരിക്കുന്നത്.

പ്രമുഖ പരിസ്ഥിതി പ്രവർത്തകനും പ്രൊഫസറുമായിരുന്ന ഡോ. എസ്.സീതാരാമൻ ഇദ്ദേഹത്തിന്റെ ക്ലാസ്മേറ്റ് ആയിരുന്നു. സീതാരാമനും റോക്കിയുടെ പ്രവർത്തനങ്ങളെ മുക്തകണ്ഠം പ്രശംസിച്ചിരുന്നു. ചുരുക്കിപ്പറഞ്ഞാൽ എഴുത്ത് മനുഷ്യ നന്മയ്ക്ക് വേണ്ടി ആകണം എന്ന ഉറച്ച ബോധ്യമുള്ള നന്മനിറഞ്ഞ എഴുത്തുകാരനാണിദ്ദേഹം. ഇത്തരം എഴുത്തുകാരെ വിരളമായേ ഇന്നത്തെ ലോകത്ത് കാണുന്നുള്ളൂ.

ഇദ്ദേഹത്തിന്റെ പുതിയ കഥാസമാഹാരമായ 'ചിരിവിരിയും കഥകൾ' വായനക്കാരനെ ചിരിയിലൂടെ ചിന്തിപ്പിക്കാനും പലതും പഠിപ്പിക്കാനും പ്രേരിപ്പിക്കുന്നു. ഈ സമാഹാരത്തിലെ ആദ്യകഥ 'സെമിത്തേരിയിലെ അലറിക്കരയുന്ന പ്രേതം' വായനക്കാരനെ രസിപ്പിക്കുന്ന തരത്തിലാണ് അവതരിപ്പിച്ചിരിക്കുന്നത്. സരസമായ ആഖ്യാനശൈലി എല്ലാ കഥകളിലും കാണാനാകും. ഒറ്റയിരിപ്പിൽ വായിച്ച് തീർക്കാവുന്ന കഥാസമാഹാരമാണ് ഇത്.

ആദ്യകഥ പോലെ തന്നെയാണ് മൂന്നാമത്തെ കഥയായ 'ഐമുറി കവയിലെ ഭൂതം' എന്ന കഥയും. 'കരിമ്പനയിലെ പ്രേതാത്മാക്കൾ' എന്ന ആറാമത്തെ കഥ നർമ്മം കലർത്തി എഴുതിയിരിക്കുന്നു. 'തൂങ്ങിച്ചത്തവന്റെ പ്രേതം' എന്ന കഥയും രസകരം തന്നെ. ഭൂതപ്രേതങ്ങളെ പറ്റിയുള്ള നാല് കഥകൾ ഈ സമാഹാരത്തിലുണ്ട്. ഭൂതങ്ങളെയും പ്രേതങ്ങളെയും പറ്റിയുള്ള

അന്ധവിശ്വാസങ്ങൾ ഇന്നും കുറേ ആളുകളെങ്കിലും കാത്തുസൂക്ഷിക്കുന്നുണ്ട്. അവരുടെ തെറ്റായ വിശ്വാസങ്ങളെ ഇല്ലാതാക്കുന്നതിനും ഒരു പരിധിവരെ ഈ കഥകൾ ഉപകാരപ്പെടുമെന്ന് ഉറപ്പിക്കാം.

'ഹമ്പമ്പട മീനേ' എന്ന കഥ വളരെ ചെറുതാണെങ്കിലും നിഷ് കളങ്കമായ ബാല്യത്തിന്റെ ഓർമ്മയുണർത്തുവാൻ പര്യാപ്തമായ രീതിയിലാണ് വ്യാഖ്യാനിച്ചിരിക്കുന്നത്. നിന്റെ പരമ്പര മരുഭൂമിയിലെ മണൽത്തരികൾ പോലെ പെരുകട്ടെ എന്ന തിരുവചനം തന്റെ അപ്പനും അമ്മയും അപ്പാടെ പ്രവർത്തികമാക്കി സംതൃപ്തി അടഞ്ഞു എന്ന് പറയാതെ പറഞ്ഞിരിക്കുന്നു. ഇക്കാലത്താ ണെങ്കിൽ കത്തോലിക്ക സഭയിൽ നിന്നും കിട്ടുമായിരുന്ന സമ്മാനത്തെപ്പറ്റിയും നമ്മെ ഓർമ്മിപ്പി ക്കുന്നു. എവിടെയും സാമൂഹ്യ വിമർശനത്തിനുള്ള ഒരവസരവും കഥാകൃത്ത് ഒരിക്കലും പാഴാക്കുന്നില്ല എന്നത് നല്ലൊരു കാര്യം തന്നെ.

'മുല്ലപ്പെരിയാർ പൊട്ടിയപ്പോൾ' എന്ന നാലാമത്തെ കഥ നടക്കാൻ സാധ്യതയുള്ള ഒരു വൻ ദുരന്തത്തിന്റെ മുന്നറിയിപ്പായി നമുക്ക് കാണാനാവും. ഭീതിതമായ ശബ്ദങ്ങൾ കൊണ്ട് അന്തരീക്ഷം മുഖരിതമായി ലക്ഷക്കണക്കിന് മനുഷ്യരും മറ്റു ജീവജാലങ്ങളും എറുമ്പിൻ കൂട്ടങ്ങൾ പോലെ വെള്ളത്തിലൂടെ കുത്തിയൊഴുകുന്നു. കെട്ടിടങ്ങൾ തകർന്നടിഞ്ഞ് ഒഴുകി പോകുന്നു. എന്നിവ ഒരു ദൃക് സാക്ഷി വിവരണം പോലെ മുന്നേറുന്നു.

'രസകരമായ ഒരു കൽക്കട്ട യാത്രയുടെ ഓർമ്മ, ക്ലാസ്മേറ്റ്സ്, കുടുക്കു പൈലി, ഭീതിതമായൊരു ഓർമ്മ' ഇവയൊക്കെ ഓർമ്മകളുടെ ഘോഷയാത്രകളാണ്. ഈ കഥകൾ ഗ്രാമീണ നന്മ തുടിക്കുന്നവയാണെന്ന് പറയാതെ വയ്യ. നാട്ടിൻപുറത്ത് സാധാരണ കാണാറുള്ള ഒരു കഥാപാത്രമാണ് കുടുക്കു പൈലി. പേരു മാത്രമേ മാറ്റമുണ്ടാകൂ. പഴഞ്ചൊല്ലുകളും ഇത്തരം കഥകളിൽ മേമ്പൊടിയായി ചേർത്തിരിക്കുന്നത് കാണാനാകും.

'ഭീതിതമായ ഒരോർമ്മ' അടിയന്തിരാവസ്ഥയുടെ കാളരാത്രികളിൽ മനസ്സിനെ മരവിപ്പിക്കുന്ന പോലീസ് മർദ്ദന കഥകൾ പ്രചരിച്ചിരുന്ന കാലഘട്ടത്തെ സൂചിപ്പിച്ചുകൊണ്ടാണ് തുടങ്ങുന്നത് തന്നെ. ചരിത്രത്തെയും തന്റെ കഥകളിൽ ഉൾച്ചേർത്തിരിക്കുന്നത് കഥാകൃത്തിന്റെ രാഷ്ട്രീയ ബോധ്യത്തിലേക്ക് വിരൽ ചൂണ്ടുന്നു. സമൂഹത്തെ വ്യക്തമായി കണ്ട് അവതരിപ്പിക്കുന്നതിനുള്ള അസാമാന്യമായ കഴിവും ഒരു മുൻ പത്രപ്രവർത്തകനും

സാമൂഹ്യപ്രവർത്തകനുമായ ഇദ്ദേഹത്തിന്റെ കഴിവ് ഒരോ കഥകളിലും കണ്ടെത്താനാകും.

എന്റെ മരണം എന്ന കഥ ഈ സമാഹാരത്തിലെ വേറിട്ടൊരു കഥയാണ്. സ്വന്തം മരണത്തെ സങ്കൽപ്പിച്ച് എഴുതുവാനുള്ള ധീരത കഥാകൃത്ത് ഈ കഥയിൽ പ്രകടിപ്പിച്ചിരിക്കുന്നു. മരണത്തെ കറുത്ത ഹാസ്യത്തിൽ പൊതിഞ്ഞ് വളരെ വിശദമായി വർണ്ണിക്കുന്നു. ഇത് നമ്മെയെല്ലാം മരണത്തെ പറ്റി ഓർമ്മപ്പെടുത്തുന്നതാണ്.

'കാക്കിക്കുള്ളിൽ, നാക്കുണ്ടെങ്കിൽ തൂക്കില്ല, ന്യൂ ജനറേഷൻ, സ്പെല്ലിംഗ് മിസ്റ്റേക്ക്, കട അപ്പനും തല മക്കൾക്കും' എന്ന ഈ അഞ്ച് കഥകളും വളരെ ലളിതമായി കഥ പറയുന്ന ശൈലിയെ വെളിപ്പെടുത്തുന്നു. അതിഗഹനമായ ചിന്തകളൊന്നും ഈ കഥകളിൽ പ്രതീക്ഷിക്കരുത്. നാടോടി കഥകളുടെ നൈർമ്മല്യം കഥാകൃത്തിന്റെ രചനകളുടെ മുഖമുദ്രയായി അനുഭവപ്പെടുന്നു.

'ചിരിവിരിയും കഥകളി'ലൂടെ കടന്നുപോകുന്ന വായനക്കാരന്റെ മനസ്സിലേക്ക് ഗതകാല സ്മരണകൾ ഉണർന്ന് വരാതിരിക്കില്ല. അയത് നവും ലളിതവുമായ ശൈലിയിലൂടെ മനുഷ്യമനസ്സിനെ ആനന്ദസാഗരത്തിൽ ആറാടിക്കുവാൻ കഥാകൃത്തിന് കഴിയുന്നുണ്ട്. സമൂഹത്തിന് നന്മ ചെയ്യുവാൻ പരിശ്രമിക്കുന്ന ശുദ്ധഹൃദയനായ റോക്കിയുടെ ഏറ്റവും പുതിയ കഥാസമാഹാരമായ ചിരിവിരിയും കഥകൾ ഏറെ സന്തോഷത്തോടെ, സ്നേഹാദരങ്ങളോടെ വായനക്കാർക്കായി സമർപ്പിക്കുന്നു.

ഡോ. സുരേഷ് മൂക്കന്നൂർ

# ആമുഖം

പുണ്യനദിയായ പെരിയാറിന്റെ തീരത്ത് പ്രകൃതി സുന്ദരമായ ഒരു കൊച്ചു ഗ്രാമം ഈസ്റ്റ് ചേരാനല്ലൂർ. ഇവിടെയാണ് എന്റെ ജനനം. കുടിവെള്ള ശ്രോതസ്സുകളായ തുറകളും അവയോട് ചേർന്ന കൈത്തോടുകളും പച്ച നിറഞ്ഞ നെൽപാടങ്ങളും എന്റെ ഗ്രാമത്തെ ഒരു സുന്ദരിയാക്കിയിരുന്നു. ഇന്നതെല്ലാം വെറും സ്വപ്നങ്ങളായി മാറിയിരിക്കുന്നു.

ഏറെ പട്ടിണിയും ദാരിദ്ര്യവും നിറഞ്ഞ ബാല്യകാലവും സ്കൂൾ വിദ്യാഭ്യാസകാലവും ഇന്നും ഒരു കനലായി എരിഞ്ഞ് മനസ്സിൽ നിറഞ്ഞു നില്ക്കുകയാണ്.

ചേരാനല്ലൂർ സെന്റ് സേവ്യേഴ്സ് പള്ളി എൽ.പി സ്കൂളിലെ പഠനത്തിന് ശേഷം തുടർ പഠനത്തിന് മലയാറ്റൂർ സെന്റ്. തോമസ് യു.പി സ്കൂളിൽ ചേർന്നു. ഈ സ്കൂളിൽ നടന്നിരുന്ന കന്യാസ്ത്രീകളുടെ നിർബന്ധിത മതം പഠിപ്പിക്കൽ, അദ്ധ്യാപകരുടെ ക്രൂരമായ ശിക്ഷണരീതികൾ ഇവ എന്നേയും സഹപാഠികളെയും ഏറെ വേദനിപ്പിച്ചിരുന്നു. സഹപാഠികളിൽ പലർക്കും ഇതുമൂലം ഇടയ്ക്ക് വച്ച് പഠനം നിറുത്തേണ്ടി വന്നു. എന്റെ ബാലമനസ്സ് അതിനെയെല്ലാം അതിജീവിച്ച് അതൊക്കെ തൃണവൽ ഗണിച്ച് പഠനം തുടരുക തന്നെ ചെയ്തു.

ഏഴാം സ്റ്റാന്റേർഡിൽ നിന്നും ജയിച്ചതോടെ ഞാൻ മൂന്ന് കിലോമീറ്ററോളം ദൂരമുള്ള കൂവപ്പടി ഗണപതി വിലാസം ഹൈസ് ക്കൂളിൽ ചേർന്നു. ഇവിടെ എത്തിയതോടെ എന്നിൽ ഒരു നവോന്മേഷവും ധൈര്യവും പ്രതികരണശേഷിയും വളർന്നു പന്തലിച്ചു.

ഈ സ്കൂളിന്റെ മാനേജർ ഒരു ബ്രാഹ്മണനായിരുന്നു. വിദ്യാർത്ഥി, വിദ്യാർത്ഥിനികളും ഭൂരിഭാഗവും ബ്രാഹ്മണരായിരുന്നു. അവരെല്ലാം പഠനത്തിൽ അഗ്രഗണ്യരായിരുന്നു എന്ന് പറയാതെ വയ്യ. അന്തരിച്ച പ്രമുഖ പരിസ്ഥിതി പ്രവർത്തകനും കാലടി ശ്രീശങ്കര കോളേജിലെ പ്രൊഫസറുമായിരുന്ന ഡോ. സീതാരാമൻ എന്റെ തൊട്ട് മുൻപിലെ സീറ്റിലിരുന്നാണ് പഠിച്ചിരുന്നത്. ഇതേപോലെ അവരിൽ പലരും പിന്നീട് സമൂഹത്തിന്റെ ഉന്നത നിലകളിൽ എത്തിപ്പെട്ടതായി അറിയുന്നു. അന്ന് ഞങ്ങൾ പല വികൃതികളും ക്ലാസിൽ കാട്ടിക്കൂട്ടിയിരുന്നു.

എനിക്കും പഠിച്ച് ഉന്നത നിലയിലെത്തണമെന്ന മോഹം മനസ്സിലുദിച്ചു. ദിവസേന ന്യൂസ് പേപ്പർ വായിക്കണമെന്ന അദ്ധ്യാപകരുടെ ഉപദേശം സ്വീകരിച്ച് അടുത്ത വീട്ടിലെ മനോരമ പേപ്പർ വായിക്കാനാരംഭിച്ചു. അന്ന് ഭരണഭാഷ ഇംഗ്ലീഷായിരുന്നു. മനോരമയിലെ പത്രാധിപർക്കുള്ള കത്തിൽ ഭരണഭാഷ മലയാളമാക്കണമെന്ന് ഞാൻ ഒരു കത്ത് ഇൻലന്റിൽ എഴുതി പത്രാധിപർക്കയച്ചു. അത് പ്രസിദ്ധീകരിക്കപ്പെട്ടു. മനോരമയെ മറക്കാൻ ഇന്നും എനിക്ക് കഴിയുന്നില്ല. ഇന്നും മനോരമ എനിക്ക് പ്രചോദനമേകിക്കൊണ്ടിരിക്കുന്നു.

സ്കൂളിലെ കയ്യെഴുത്ത് മാസികയിൽ ഒരു കുറ്റാന്വേഷണ കഥയും എഴുതിയിരുന്നു. ഇതിനിടെ എന്റെ ശ്രദ്ധ കൂടുതലും ശ്രീ. മുട്ടത്ത് വർക്കി, പൊൻകുന്നം വർക്കി ഇവരുടെ കഥകളും ഡിറ്റക്ടീവ് കഥകളും വായനയിൽ എത്തി. ജീവിതായോധന വീഥിയിലെ പടയോട്ടത്തിൽ മല്ലിടാൻ പിന്നീട് പല പല തൊഴിലുകളിലും ഏർപ്പെടേണ്ടി വന്നതിനാൽ ഇടയ്ക്ക് വായനക്ക് ബ്രേക്കിട ലുകളുണ്ടായി.

അതിനിടെ പെരുമ്പാവൂരിൽ നിന്നും പ്രസിദ്ധീകരിച്ചിരുന്ന സേനാനി, വാസ്തവം, ന്യൂസ് പ്ലസ്, വാർത്താദർശനം എന്നീ സായാഹ്ന പത്രങ്ങളിൽ പലതിലും ശ്രദ്ധേയമായ വാർത്തകൾ എഴുതി. പെരുമ്പാവൂരിൽ നിന്നും പ്രസിദ്ധീകരിച്ചിരുന്ന സേനാനി സായാഹ്നപത്രത്തിന്റെ ലേഖകനായി പ്രവർത്തിച്ചിരുന്നു.

ഞാനന്ന് എഴുതിയ "വെയ്ക്കാത്ത വാഴക്ക് ലക്ഷങ്ങൾ തട്ടി" എന്ന വാർത്തയും "കായ്ക്കുന്ന തെങ്ങിന് വേര് ചീയലിന്റെ നഷ്ടപരിഹാരം" എന്നിവ നിയമസഭയിൽ വൻ ഒച്ചപ്പാടിന് ഇടവരുത്തിയിരുന്നു. അങ്കമാലിയിൽ നിന്നും പ്രസിദ്ധീകരിച്ചിരുന്ന സ്ട്രീറ്റ് ലൈറ്റ് മാസികയുടെ കാലടി ലേഖകനായി പ്രവർത്തിച്ചപ്പോൾ റേഷൻ അഴിമതികൾ, വികലാംഗരുടെ പേരിലെ തട്ടിപ്പുകൾ, മലയാറ്റൂർ സെന്റ് തോമസ് യു.പി സ്കൂളിലെ വിദ്യാർത്ഥികൾ നേരിട്ട പീഡന പരാതികൾ ഇവയൊക്കെ കോളിളക്കം സൃഷ്ടിച്ചവയായിരുന്നു. മലയാള മനോരമ, മംഗളം, മാതൃഭൂമി, ദീപിക, മാധ്യമം, കൗമുദി ഫ്ലാഷ് ഇവയിലും ധാരാളം വാർത്തകൾ എഴുതിയിരുന്നു.

പിന്നീട് മനോരമ, മംഗളം ഇങ്ങിനെ പല വീക്കിലികളും വായിക്കാനാരംഭിച്ചു. അതിലെ ചില കഥകൾ വായിച്ചപ്പോൾ ലേഖനങ്ങളും വാർത്തകളും മാത്രം എഴുതാതെ കഥകളിലേക്ക് തിരിയാമെന്ന് തീരുമാനിച്ചു. പല മാസികകളിലും കഥകൾ പ്രസിദ്ധീകരിച്ചത് എനിക്ക് ആവേശം പകർന്നു.

എന്റെ വളർച്ചക്കിടയിൽ കൂടുതൽ കഥകൾ പ്രസിദ്ധീകരിച്ചത് അക്ഷരദീപം മാസികയാണെന്നത് എന്നെ കൃതാർത്ഥ്യനാക്കുന്നു.

ഒരു മുഴുവൻ സമയ സാമൂഹ്യപ്രവർത്തകനും, പരിസ്ഥിതി പ്രവർത്തകനും, വിവിധ സംഘടനകളുടെ ഭാരവാഹിയും ആയതോടെ സമൂഹത്തിൽ ജനം സർക്കാർ ഉദ്യോഗസ്ഥരിൽ നിന്നും നേരിടുന്ന വേദനാജനകമായ അനുഭവങ്ങൾ, അവകാശ നീതി നിഷേധങ്ങൾ, പ്രതികാരങ്ങൾ, വിവേചനങ്ങൾ ഇവയെപ്പറ്റിയൊക്കെ എഴുതുവാൻ തീരുമാനിക്കുകയായിരുന്നു. അത് എത്രത്തോളം വിജയിച്ചു എന്ന് വായനക്കാർ തീരുമാനിക്കട്ടെ.

അതിനിടെ ഒക്കലിലെ പ്രമുഖ ബാലസാഹിത്യകാരനും നിരവധി അവാർഡുകൾ കരസ്ഥമാക്കിയ എഴുത്തുകാരനും കൂടിയായ ശ്രീ. സത്യൻ താന്നിപ്പുഴ എന്നോട് ബാലസാഹിത്യ കഥകളും എഴുതുവാൻ ഉപദേശിച്ചു. അതോടെ കോഴി കുറുക്കച്ചനെ തോൽപ്പിച്ച കഥ കോഴിക്കോട് ലിപി പബ്ലിക്കേഷൻസിൽ നിന്നും പ്രസിദ്ധീകരിച്ചു. പിശുക്കനും മുട്ടക്കോഴിയും, ക്ലാസ് റൂം, ചിരി മുത്തുകൾ ഇവ ഉടൻ ലിപിയിൽ നിന്നും പുറത്തിറങ്ങും.

'ചിരിവിരിയും കഥകൾ' എന്ന കഥാസമാഹാരത്തിന്റെ അവതാരിക എഴുതിയിരിക്കുന്ന കാലിക്കറ്റ് യൂണിവേഴ്സിറ്റി കോളേജ് ഓഫ് ടീച്ചർ എഡ്യൂക്കേഷൻ പ്രിൻസിപ്പലും (ചാലക്കുടി), നിരവധി അവാർഡുകൾക്ക് ഉടമയും പ്രസിദ്ധ കവിയും സാഹിത്യകാരനുമായ ഡോ. സുരേഷ് മൂക്കന്നൂരിന് എന്റെ ഹൃദയം നിറഞ്ഞ നന്ദി രേഖപ്പെടുത്തുന്നു. ഈ പുസ്തകം പ്രസിദ്ധീകരിക്കുന്ന ലിമ ഇന്റർ നാഷണൽ പബ്ലിക്കേഷൻസിനും പ്രത്യേകം നന്ദി അറിയിക്കുന്നു.

# Contents

# 1.സിമിത്തേരിയിലെ അലറി കരയുന്ന പ്രേതം



"എടാ ശൗരു ഇന്നലെ പാതിരാത്രി കോഴി കൂവുന്നതിന് മുൻപ് നമ്മുടെ സിമിത്തേരി പരിസരത്ത് നിന്ന് ഹഹ.... ഹഹ.... എന്ന് ദിഗന്തം മുഴങ്ങുമാറുള്ള അലർച്ചയും ഓ.......ഓഓഓ..... ഓ.......ഓഓഓ...... എന്ന് പട്ടി ഓരിയിടുന്നതു പോലെയുള്ള ശബ്ദവും അലർച്ചയും നീ കേട്ടോടാ."

"ഞാനും കേട്ടടാ പൈലി ഒരു പെണ്ണിന്റെ അയ്യോ ഹാ അമ്മേ ഹാ എന്ന് പേടിച്ച് വിറച്ച് പതറിച്ചയോടെയുള്ള മരണ വെപ്രാളത്തോടെയുള്ള കരച്ചിലും അതിൽ പിന്നെ ഒരു പോള കണ്ണടച്ചില്ലാ ചങ്ങാതി.   ഭയം മൂലം ഞാനിത് ഭാര്യയോട് പോലും പറഞ്ഞില്ലാ അവളെങ്ങാൻ പേടിച്ചാലോ. നമ്മളിത് പാട്ടാക്കണ്ടാ. എന്താ നിന്റെ അഭിപ്രായം."

"നീ പറഞ്ഞതാ ശരി."

എന്റെ അപ്പച്ചൻ നടത്തുന്ന കടയിലിരുന്ന് ചായകുടി കഴിഞ്ഞ് ആളൊഴിഞ്ഞ സമയത്ത് ചേരാനല്ലൂർ സെന്റ് സേവ്യേഴ്സ് പള്ളി സിമിത്തേരി പരിസരത്ത് താമസിച്ചിരുന്ന രണ്ട് അയൽവാസികൾ നടത്തിയ സംഭാഷണമാണിത്. കടയുടെ പുറകുവശത്തെ പനമ്പ് മറയ്ക്കപ്പുറത്തിരുന്ന് ഞാനിത് കേട്ടത് അവർ അറിഞ്ഞതേയില്ലാ. അന്നെനിക്ക് എന്തിനും പോന്ന പ്രായവും, ശരീരവും. വയസ്സാണെങ്കിൽ പതിനേഴ്. കൂവപ്പടി ഗണപതി വിലാസം ഹൈസ്ക്കൂളിലെ യുക്തി ചിന്തകരായിരുന്ന അദ്ധ്യാപകരുടെ ശിക്ഷണം എന്നിൽ ഭൂതപ്രേതപിശാചുക്കളുടെ കഥകൾ വെറും കെട്ടുകഥകളാണെന്ന ശിക്ഷണം രൂഢമൂലമാക്കിയിരുന്നു. എന്തിന്റേയും പൊരുളും വശങ്ങളും കണ്ടെത്തുന്നതിനുള്ള ത്വരയും സ്വായത്തമായുണ്ടായിരുന്നു.

അന്ന് ഇന്നത്തേത്  പോലെ തൊട്ട് തൊട്ട് വീടുകളോ ആൾ താമസമോ ഉണ്ടായിരുന്നില്ല. വൈകിട്ട് അഞ്ചരയാകുമ്പോഴേക്കും സന്ധ്യാ പ്രാർത്ഥനയും ഊണും കഴിഞ്ഞ് എല്ലാവരും ഉറക്കം പിടിക്കുമായിരുന്നു. ഞങ്ങളുടെ ഗ്രാമം മലയാറ്റൂരി നെതിർവശത്ത് പെരിയാർ തീരത്താണ്.

മലയാറ്റൂർ കൊച്ചി രാജാവിന്റെ ഭരണത്തിലും ചേരാനല്ലൂർ തിരുവിതാംകൂർ മഹാരാജാവിന്റെ ഭരണത്തിലായിരുന്നു. കൊച്ചി അതിർത്തിയിൽ നിന്നും കപ്പം കൊടുക്കാതെ കറപ്പും പുകയിലയും മറ്റും കള്ളക്കടത്ത് നടത്താതിരിക്കുന്നതിന് സെന്റ് സേവ്യഴ്സ് പള്ളിയുടെ കിഴക്ക് ഭാഗത്ത് ഇടവഴിയുടെ അടുത്ത് പുഴയോട് ചേർന്ന് ഒരു ഓടിട്ട കെട്ടിടവും  അതിൽ രണ്ട് മൂന്ന് ജീവനക്കാരേയും രാജഭരണക്കാർ നിയമിച്ചിരുന്നു. പള്ളി സിമിത്തേരിയുടെ പുറകിലെ  പുഴയിൽ കുളിക്കാനും അലക്കാനും പോകുന്നതിന് ഒരു റോഡും നിലനിന്നിരുന്നു. കപ്പം പിരിക്കാൻ സ്ഥാപിച്ച കെട്ടിടത്തിന് ചൗക്ക എന്ന പേരുണ്ടായിരുന്നതിനാൽ കുളിക്കടവിനും ചൗക്കക്കടവ് എന്നു പേരു കിട്ടി. ഇന്നും അത് ഈ പേരിൽ അറിയപ്പെടുന്നു. സിമിത്തേരിയുടെ മതിലിനോട് ചേർന്ന് റോഡായതിനാൽ ഭയം മൂലം മൂന്നും നാലും പേർ ഒരുമിച്ചാണ് കുളിക്കാൻ ഈ വഴി നട്ടുച്ചക്ക് പോലും പോയിരുന്നത്.

അക്കാലത്ത് തൂങ്ങിമരിച്ചവർ, കൊലചെയ്യപ്പെട്ടവർ, വസൂരി പിടിപ്പെട്ടവർ ഇവരുടെ യൊക്കെ ശവങ്ങളും സിമിത്തേരിയിൽ അടക്കം ചെയ്തിരുന്നു. അടക്കം ചെയ്താലും ഇവരുടെ ആത്മാക്കൾ ഗിതികിട്ടാ പ്രേതങ്ങളായി പരിസരങ്ങളിൽ അലയും എന്നായിരുന്നു വിശ്വാസം. അതിൽ ചിലതായിരിക്കാം സിമിത്തേരിയിലെ അലറി കരയുന്ന പ്രേതാത്മാക്കൾ.

ചൗക്കയിലെ ഒരു ഉദ്യോഗസ്ഥൻ ദൂരദേശക്കാരൻ, കുള്ളൻ ഇവയായ ഗോപാലപിള്ളയും ഞാനും തമ്മിൽ ഭൂതപ്രേതപിശാചുക്കളെ പറ്റി ചൗക്കയിലെത്തി ഇടയ്ക്കിടെ സംസാരിക്കുമായിരുന്നു. ഒരു ദിവസം സാറിനോട് ഞാൻ

"പിശാചുക്കളും, പ്രേതാത്മാക്കളും അന്ധവിശ്വാസങ്ങളല്ലേ സാർ. സാറിന് തൊട്ടരികത്തെ സിമിത്തേരിയിലെ പ്രേതത്തിന്റെ ശല്യം മൂലം പേടിയാകുന്നില്ലേ ഇവിടെ കിടക്കാൻ" എന്ന്  ചോദിച്ചു.

"ഞങ്ങളും ഇതൊക്കെ കേൾക്കുന്നുണ്ടെടാ റോക്കി. പേടിച്ച് പണി ഉപേക്ഷിച്ചാൽ ഭാര്യയും കുട്ടികളും പട്ടിണിയാകും. നീ യുക്തിവാദിയല്ലേ നിനക്ക് ഇതിലൊന്നും വിശ്വാസമില്ലല്ലോ" സാറു പറഞ്ഞു.

"സാറെ മാസാദ്യ വെള്ളിയാഴ്ചകളിലും ചൊവ്വാഴ്ചകളിലുമാണ് പ്രേതത്തിന്റെ അലർച്ച എന്നത് ശ്രദ്ധിച്ചിട്ടുണ്ടോ."

"അങ്ങനെ ആകാം. ഞാനും അങ്ങനെയൊക്കെ കേട്ടിട്ടുണ്ടടാ."

സംസാരം മതിയാക്കി ഞാൻ തിരിച്ചു പോന്നു. അപ്പോഴേക്കും പ്രേതകഥ നാട്ടിലെങ്ങും ചർച്ചയായി. പള്ളി വികാരി ചൊവ്വാഴ്ചകളിലും മാസാദ്യ വെള്ളിയാഴ്ചകളിലും സിമിത്തേരിയിൽ പരിശുദ്ധ കുർബാനയും ഒപ്പീസും പ്രാർത്ഥനകളും തുടങ്ങി. ഇത്തരം ഗതികിട്ടാ പ്രേതങ്ങളായി അലയുന്ന പിശാചുക്കളുടെ ശല്യം ഇല്ലാതിരിക്കാൻ ഇപ്പോഴും പല സിമിത്തേരികളിലും ഇത് തുടരുന്നുണ്ട്. പിന്നീട് ദുരാത്മാക്കളുടെ ശല്യം ഇടയ്ക്കിടെ യായി. ഇതിലെന്തോ പന്തികേടില്ലേ എന്ന് ചിന്തിച്ചു ഇത് കണ്ടുപിടിച്ചിട്ടു തന്നെ കാര്യമെന്ന് ഞാനുറച്ചു.

ഒരു കറുത്ത പക്ഷത്തെ വെള്ളിയാഴ്ച. ഇരുട്ടിൽ കണ്ണിൽ പെടാത്ത തരം കൈലിമുണ്ട് ചെറിയൊരു ഇരുമ്പുവടി, തീപ്പെട്ടി, മെഴുകുതിരി, കുഞ്ഞുമരക്കുരിശ്, വാച്ച് ഇതൊക്കെ കരുതി ഞാൻ സിമിത്തേരിയിലേക്ക് തിരിച്ചു. സമയം രാത്രി 12 മണി.

ആരുടേയും ദൃഷ്ടിയിൽ പെടാത്ത വിധത്തിൽ സിമിത്തേരിക്കരികിലെ ഒരു ചെറിയ മരത്തിന്റെ മറവിൽ നിലയുറപ്പിച്ചു. കുറ്റാ കൂരിരുട്ട്, അവിടവിടെ കാലന്റെ പ്രതിനിധികളായ പട്ടികൾ നീണ്ട ഓ...ഃഃഃഃ... ഓ...ഃഃഃഃ... എന്ന് ഭീതിപ്പെടുത്തുന്ന നീണ്ട ഓരിയിടലുകൾ നടത്തി ഭീതിപ്പെടുത്തുന്നു.

അകത്ത് നാലുപാടും മിന്നാമിനുങ്ങുകൾ ശവകല്ലറകളിൽ തൊട്ടു തൊട്ടില്ല എന്ന മട്ടിൽ പൊങ്ങിയും താഴ്ന്നും നൃത്തം വച്ച് പറക്കുന്നു. ഞാൻ നില്ക്കുന്നതിന് ചുറ്റും തന്നെ ചീവിടുകളുടെ കീർ... കീർ... എന്ന അരോചകമായ പേടിപ്പെടുത്തുന്ന ശബ്ദം. കുഴിമാടങ്ങൾക്ക് മുകളിലൂടെ എന്തൊക്കെയോ തട്ടിയും മുട്ടിയും ഓടുന്നു. മനസ്സിനെ മരവിപ്പിക്കുന്ന ഏകാന്തത. മരണത്തിന്റെ ഭീകരത ഓർമ്മിപ്പിക്കുന്ന നിശബ്ദത. ഞാൻ നിന്നിരുന്ന മരത്തിന് മുകളിലൂടെ എന്തൊക്കെയോ ഗ്ലേ... ഗ്ലേ..... എന്ന ചിറകടികളോടെ പറക്കുന്നു. എന്റെ മനസ്സിനൊരു ചഞ്ചലിപ്പ്.

"നാണമില്ലേടാ യുക്തിവാദി നിനക്കൊക്കെ. ഇക്കണക്കിന് ഒരു മൃതദേഹം പട്ടിമാന്തി പുറത്തിട്ടേക്കുന്നതെങ്ങാൻ നീ കാണാനിടവന്നാൽ നീയും ശവമാകുമല്ലോടാ"

മനസ്സ് മന്ത്രിച്ചു.

സമയം നീങ്ങികൊണ്ടിരുന്നു. എന്തും വരട്ടേ കാത്തിരിക്കുക തന്നെ ഞാനുറച്ചു.

പെട്ടെന്ന് മതിൽ ചാടി ഒരു രൂപം സിമിത്തേരിക്കകത്തേക്ക് പതുങ്ങി പതുങ്ങി കടന്നു വന്നു. കയ്യിൽ എന്തോ ചുരുട്ടി പിടിച്ചിരിക്കുന്നു. നൂൽ ബന്ധമില്ലാ. നാലുവശവും സൂക്ഷിച്ചു നോക്കി രൂപം നേരെ മുന്നോട്ട് നീങ്ങി. ശവം തീനികളായ പെരുച്ചാഴികൾ നാലുപേരും ചിതറി ഓടി. പെട്ടെന്ന് അങ്ങകലെ ഒരു പട്ടി വീണ്ടും നീട്ടി ഓലിയിട്ടു കൊണ്ടിരുന്നു. അകത്തു കടന്നിരിക്കുന്നവൻ പ്രേതമോ, അതോ എന്റെ കാലനോ ശരീരത്തിന് ഒരു വിറയൽ. ആ നഗ്നരൂപം നേരെ വടക്കു വശത്തെ ഒരാൾ പൊക്കമുള്ള ശവങ്ങളുടെ എല്ലുകൾ ശേഖരിച്ചിരിക്കുന്ന എല്ലു കുഴിക്കരികിലേക്ക് നീങ്ങി. ഒന്നുകൂടി ചുറ്റുവട്ടം നിരീക്ഷിച്ചിട്ട് ആരുമില്ലെന്ന് ഉറപ്പ് വരുത്തി. കുഴിയിൽ നിന്നും എന്തോ തിരഞ്ഞെടുത്ത് കയ്യിൽ കരുതിയിരുന്ന ചാക്കിലോ മറ്റോ പൊതിഞ്ഞു. അതോടെ ഞാൻ ഉച്ചത്തിൽ ആ.....രടാ.... എന്ന് ഒച്ചവെച്ചു. എന്നെ മനസ്സിലായോ എന്തോ. അതോടെ പ്രേതരൂപം നേരെ തന്റെ വാസസ്ഥലത്തേക്ക് തിരിച്ചു.

പ്രേത രൂപം മെല്ലെ മെല്ലെ മതിൽ ചാടി പുറത്തെ വഴിയിൽ കടന്നു. പത്തടിയോളം കിഴക്കോട്ട് നടന്നുനീങ്ങി. പിന്നീട് ഉച്ചത്തിൽ ആ.. ആ.. ആ... എന്നും 'അമ്മേ അയ്യോ ഓ꜖꜖꜖ ഓ꜖꜖꜖ എന്നും സ്വരം മാറ്റി അലറി കരഞ്ഞ് ചൗക്ക ലക്ഷ്യമാക്കി ഓടി. അത് ചൗക്കയിലെ കുള്ളനായ ഗോപാലപിള്ളയായിരുന്നു. അയാൾ എടുത്തത് തലയോട്ടിയായിരിക്കണം. എന്തിന്??? ആ ചോദ്യം ഇന്നും ഉത്തരം കിട്ടാതെ എന്റെ മനസ്സിൽ അവശേഷിക്കുന്നു.

# 2.ഹമ്പമ്പട മീനേ

അങ്ങങ്ങ് കിഴക്ക് പർവ്വതനിരകളിൽ നിന്നും വാടാമഞ്ഞളും നീല കൊടുവേലിയും അടങ്ങുന്ന ശുദ്ധജലവും വഹിച്ചുകൊണ്ട് മെല്ലെ മെല്ലെ ഒഴുകി അറബിക്കടലിൽ പതിക്കുന്ന പെരിയാറിന്റെ തീരത്തെ ഒരു കൊച്ചുഗ്രാമം. ഇരുവശങ്ങളിലും വിശാലമായ മണൽപ്പുറങ്ങളും പൂൽത്തകിടികളും നിറഞ്ഞ പ്രകൃതി സുന്ദരമായ നാട്. തീരത്തോട് ചേർന്ന് പുഴക്കരയിലായിരുന്നു ഞങ്ങളുടെ ഇത്തിരിപ്പോന്ന വയ്ക്കോൽ മേഞ്ഞ വീട്. അപ്പനും അമ്മയും പുരനിറയെ കാക്കിരിപീക്കിരി പിള്ളേരും നിറഞ്ഞ സന്തുഷ്ട കുടുംബം.

"നിന്റെ പരമ്പര മരുഭൂമിയിലെ മണൽത്തരികൾ പോലെ പെരുകട്ടെ"

എന്ന തിരുവചനം ഞങ്ങളുടെ അപ്പനും അമ്മയും അപ്പാടെ പ്രാവർത്തികമാക്കി സംതൃപ്തിയടഞ്ഞു എന്ന് പറയാതെ വയ്യാ. ഇന്നായിരുന്നെങ്കിൽ ഞങ്ങളുടെ മതാധികാരികൾ ഓഫർ ചെയ്തിട്ടുള്ള ഒന്നര ഡസനോളം സന്താനങ്ങളെ സംഭാവന ചെയ്യുന്നവർക്കുള്ള അപ്പനും അമ്മയ്ക്കും അവാർഡും വന്തുകയും സമ്മാനമായി ലഭിക്കുമായിരുന്നു എന്നുറപ്പാണ്.

അമ്മ രാവിലെ പതിവായി തൊട്ടരികത്തെ ഒരു മുതലാളിയുടെ വീട്ടിൽ കൂലിപ്പണിക്കുപോകും. വൈകീട്ടേ തിരിച്ചെത്തു. അപ്പനാണേൽ രാവിലെ തന്നെ ബീഡിതെറുപ്പിന് പോകും. ഞാനന്ന് ഏഴാം ക്ലാസിൽ പഠിക്കുന്ന സമയം. വൈകീട്ട് ക്ലാസ് കഴിഞ്ഞെത്തിയാൽ ചൂണ്ടയിട്ട് മീൻ പിടിക്കാൻ പോക്കായിരുന്നു എന്റെ പരിപാടി.

വീടിന് തൊട്ടുതാഴെയാണ് പുഴ. അന്ന് നോക്കെത്താ ദൂരത്തോളം മണൽപ്പരപ്പായിരുന്നു. നദിയിൽ വേനലിൽ നെഞ്ചൊപ്പം മാത്രമേ വെള്ളമുണ്ടായിരുന്നുള്ളൂ. മണൽ വാരലും അന്ന് ഉണ്ടായിരുന്നില്ല. പുഴയോരങ്ങളിൽ ചുണ്ണാമ്പു കൂട്ടുള്ള കല്ലുകൾ ധാരാളമുണ്ടായിരുന്നു. കരയോട് ചേർന്ന കളിമൺ തിട്ടകളുടെ വെള്ളത്തിനടിഭാഗത്ത് നിറയെ പോതുകളായിരുന്നു. അതിൽ മനഞ്ഞീൻ, ആര, കൊഞ്ച് തുടങ്ങിയ മത്സ്യങ്ങളുടെ താവളം. ഈ പോതുകളുടെ മുകളിലുള്ള കൽപ്പടവുകളിൽ ഇരുന്നാണ് ഞാൻ കരയിൽ നിന്ന് ചൂണ്ടയിട്ടുകൊണ്ടിരുന്നത്.

വേല ഞങ്ങളോട് വേണ്ടെന്ന മട്ടിൽ മീനുകളൊന്നും ഇരകോർത്ത എന്റെ ചൂണ്ടയിൽ മീനുകളൊന്നും തൊട്ട് നോക്കിയിരുന്നില്ല. ഇങ്ങനെ പോകവേ ഒരു ദിവസം ചൂണ്ട പൊത്തിൽ കുരുങ്ങാനിടയായി. പല വിധത്തിൽ വലിച്ചു നോക്കിയിട്ടും കിട്ടിയില്ല. പിന്നെ ഒട്ടും മടിച്ചില്ല. ഉടുതുണിയായ വള്ളിക്കളസം കരയിൽ അഴിച്ചുവെച്ച് വെള്ളത്തിലിറങ്ങി തടസ്സം മാറ്റി. കരയിൽ കയറിനിന്നിട്ട് നിക്കറിടാതെ പിറന്നപാടെയാണ് ഞാൻ ചൂണ്ടയിട്ടത്. അങ്ങനെ ചൂണ്ടയിട്ടതോടെ ഒരു മീൻ ശക്തിയായി കൊത്തിവലിച്ചു. പെട്ടെന്ന് ഞാൻ ചൂണ്ട വലിച്ച് പുറത്തെടുത്തപ്പോൾ ഒരു ചാൺ നീളമുള്ള വലിയ ചട്ടിപ്പൂളാൻ.

ഞാനങ്ങനെ പിറന്നപാടെ നിന്ന് ചൂണ്ടയിട്ടു കൊണ്ടിരുന്നപ്പോൾ അറിയാതെ ഉച്ചത്തിൽ പറഞ്ഞുപോയി

"ഹമ്പമ്പടാ മീനേ, അപ്പം ഞാൻ തുണീം കോണാനുമില്ലാതെ നിന്നാലേ നീ പിടിക്കത്തൊള്ളൂ അല്ലേ? ശരിയാക്കിത്തരാട്ടോ. ഇനി ഞാൻ ദെവസോം ഇങ്ങനെ നിന്നാ ചൂണ്ടയിടുന്നുള്ളൂട്ടോ."

ഇതു പറഞ്ഞുകൊണ്ട് നേരെ നോക്കിയത് അപ്പന്റെ മുഖത്തേക്കായിരുന്നു. അപ്പൻ ചിരിച്ചുകൊണ്ട് പറഞ്ഞു.

"ഹമ്പമ്പടാ മീനേ; നിനക്ക് നാണമില്ലേടാ മോനേ ഇങ്ങനെ പിറന്ന പാടെ നിന്ന് ചൂണ്ടയിടാൻ നിന്റെ കൂട്ടുകാര് നിന്ന് ചിരിക്കണത് കണ്ടോ?"

അത് ശരിയായിരുന്നു. ഞാൻ അപ്പൻ ചൂണ്ടിക്കാട്ടിയിടത്തേക്ക് നോക്കിയപ്പോൾ കടവിൽ കുളിക്കുവാൻ വന്നിരുന്ന കൂട്ടുകാർ എന്നെ നോക്കി കളിയാക്കി പൊട്ടിച്ചിരിക്കുകയായിരുന്നു. ഞാൻ നാണം കൊണ്ട് തലകുനിച്ചു. അന്നാദ്യമായി എന്റെ മനസ്സിൽ നാണത്തിന്റെ ബീജാവാപം നടന്നു.

# 3.ഐമുറി കവലയിലെ ഭൂതം

കർക്കിടക മാസത്തിലെ തുള്ളിക്കൊരു കുടമെന്ന ചൊല്ലിനെ അന്വർത്ഥമാക്കി കോരിച്ചൊരിഞ്ഞുകൊണ്ടിരിക്കുന്ന മഴ. തണുത്തുറഞ്ഞ അന്തരീക്ഷം. കോടകാറ്റ് വീശിയടിക്കുന്നു. വീടിന്റെ മുറ്റത്ത് മഴവെള്ളം കെട്ടികിടന്ന് ചെറിയൊരു തടാകത്തിന്റെ പ്രതീതി സൃഷ്ടിച്ചിരിക്കയാണ്.

അങ്ങ് കിഴക്കൻ മലയുടെ താഴ്‌വാരത്തിൽ സൂര്യഭഗവാൻ മഴ തീർത്തിരിക്കുന്ന ശരശയ്യയിൽ നിന്നും പുറത്തു കടക്കുവാൻ ഭഗീരഥ പ്രയത്നം നടത്തിക്കൊണ്ടിരിക്കുന്നു. സമയം എട്ടുമണിയായി കാണും. തണുപ്പിന്റെ ആലസ്യമകറ്റാൻ പെണ്ണുമ്പിള്ള സെലക്ട് ചെയ്ത് പാകപ്പെടുത്തിയെടുത്ത കണ്ടംകുളത്തി വൈദ്യരുടെ കർക്കിടക കഞ്ഞികുടിച്ച് കട്ടിലിലെ പുതപ്പിനടിയിൽ റാ പോലെ വളഞ്ഞുകൂടി കിടക്കുമ്പോൾ ദാണ്ടേ വരുന്നു ഒരു ഫോൺ കോൾ. ഞാൻ ഫോൺ എടുത്തതോടെ,

"ഹലോ മൈത്രീനാദമല്ലേ? സർ ഉടനെ ഐമുറി കവലയിലെത്തണം. കവലയിലെ ആൽമരത്തിൽ ഒരു ഭൂതം പ്രത്യക്ഷപ്പെട്ടിരിക്കുന്നു."

"ഐമുറി കവലയിൽ ഭൂതമോ" ഞാൻ അത്ഭുതത്തോടെ ചോദിച്ചു.

"സത്യമാ സാർ"

ഉടൻ മറുതലയ്ക്കൽ നിന്നും മറുപടി വന്നു. മൊബൈലിൽ നമ്പർ നോട്ട് ചെയ്തപ്പോൾ മനസ്സിലായി സ്ഥിരം വാർത്തകൾ വിളിച്ചറിയിക്കുന്ന പയ്യൻ തന്നെ എന്ന്. അതുകൊണ്ട് കളിപ്പീരായിരിക്കാൻ വഴിയില്ലാ.

പെരുമ്പാവൂരിൽ നിന്നും ചങ്ങമ്പുഴ കൃഷ്ണപിള്ള റോഡിലൂടെ കോടനാട് ആന വളർത്തൽ കേന്ദ്രത്തിലേയ്ക്കും അഭയാരണ്യത്തിലേക്കും മറ്റും പോകുന്ന വഴിക്കിടയിലുള്ള ഒരു നാൽക്കവലയാണ് ഐമുറിക്കവല. കവലയുടെ സമീപത്തായി ഗവൺമെന്റ് ഹയർ സെക്കന്ററി സ്കൂൾ, ഗവ. പോളിടെക്നിക്ക്, കൂവപ്പടി പഞ്ചായത്താഫീസ് ഇവയെല്ലാം പ്രവർത്തിക്കുന്നതിനാൽ എപ്പോഴും ആൾത്തിരക്കാണിവിടെ.

സദാ തിരക്കുള്ള ഇവിടെ ചങ്കൂറ്റത്തോടെ കുടിയേറിയിരിക്കുന്ന ഭൂതം ചില്ലറക്കാരനായിരിക്കാൻ സാധ്യതയില്ല. ശാസ്ത്രത്തിന്റെ വളർച്ച ഉച്ചകോടിയിലെത്തിയിരിക്കുന്ന ഇക്കാലത്തും ഭൂതപ്രേതപിശാചുക്കളോ? അകലെ എവിടെ നിന്നെങ്കിലും ഏതെങ്കിലും പൂജാരികൾ കർമ്മങ്ങൾ ചെയ്ത് ആവാഹിച്ച് ഇവിടെ കുടിയിരുത്തിയതായിരിക്കാം. അല്ലേലും ആലിലും കരിമ്പനയിലും മറ്റും അല്ലേ ഈ പണ്ടാരങ്ങളെ കുടിയിരുത്തുന്നത്. ഇത്തരം ചിന്തകൾ മനസ്സിലാക്കോടിയെത്തിയതോടെ പത്രപ്രവർത്തകനും യുക്തി ചിന്തകനുമായ എന്റെ ഉള്ളിന്റെയുള്ളിൽ ഭയത്തിന്റെ നാമ്പുകൾ ഉടലെടുത്തു. ചാത്തനേറും പ്രേതബാധയും മറ്റും അന്വേഷിച്ച് റിപ്പോർട്ട് ചെയ്തിട്ടുണ്ടെങ്കിലും ഭൂതത്തെ അഭിമുഖീകരിക്കുവാൻ പോകുന്നത് ആദ്യമായിട്ടാണ്.

ഇതോടെ ഭൂതത്തെപ്പറ്റി കേട്ടിരിക്കുന്ന കഥകൾ മനസ്സിലേക്കോടിയെത്തി. കയറുകൾ കൂട്ടി പിരിച്ചിട്ടിരിക്കുന്നതുപോലെ ജട പിടിച്ച് പൃഷ്ടങ്ങൾ വരെ നീണ്ടു കിടക്കുന്ന മുടി. മുട്ടോളം വളർന്ന താടി. വായിൽ നിന്നും കൊമ്പുകൾ പോലെ മുന്നോട്ടു നീണ്ട് നിൽക്കുന്ന തേറ്റ പല്ലുകൾ. രക്തം ഇറ്റിറ്റു വീഴുന്നു എന്നു തോന്നിപ്പിക്കുന്ന പുറത്തേയ്ക്കു തള്ളിയ ചെഞ്ചോര നിറമുള്ള നാക്ക്. കൺകുഴികളിൽ നിന്നും പുറത്തേയ്ക്ക് തള്ളി നിൽക്കുന്ന ചെറിയ പ്രകാശിക്കുന്ന ചുവന്ന ബൾബുകൾ എന്ന പോലെ ഭീതി ജനിപ്പിക്കുന്ന നിർജ്ജീവമായ കണ്ണുകൾ. മൂക്കിന്റെ സ്ഥാനത്ത് അഗാധമായ രണ്ട് ഗർത്തങ്ങൾ. തലക്കിരുവശവും വിശറി വച്ചു പിടിപ്പിച്ചിരിക്കുന്നതു പോലെയുള്ള ചെവികൾ. തടിച്ച ചുണ്ടുകൾ. എല്ലും തൊലിയും മാത്രമുള്ള വലിയ കൈകാലുകളും നഗ്നമായ ശരീരഘടനയമുള്ള ഭൂതത്തെ ഞാൻ മനസ്സിൽ കണ്ടു. അപ്പോൾ വീണ്ടും അടുത്ത കാൾ.

"സാർ ഉടനെ ഐമുറി കവലയിലേക്കൊന്നു വരണെ. ആൽമരത്തിൽ ഒരു ഭൂതം തൂങ്ങിക്കിടക്കുന്നു."

ഇനിയും വൈകുന്നത് ശരിയല്ല. പോയേക്കാമെന്നു തന്നെ ഉറപ്പിച്ചു. ഡോക്ടർ, പോലീസ് പത്രപ്രവർത്തകൻ ഇവരൊക്കെ എമർജൻസി സർവ്വീസുകാരല്ലേ. അവർക്ക് രാത്രിയും പകലും ഭേദമില്ലാതെ പ്രവർത്തിച്ചല്ലേ പറ്റൂ. വേഗം ക്യാമറയുമെടുത്ത് ഡ്രസ്സൊന്നും മാറാതേയും ഭാര്യയോട് യാത്ര പറയാതേയും ഞാൻ വീട്ടിൽ നിന്നും ഇറങ്ങി ഓടുകയായിരുന്നു എന്നും വേണമെങ്കിൽ പറയാം. വിവരം അവളോട് പറഞ്ഞാൽ...

"ഈ മനുഷ്യന് ഭ്രാന്താണോ, ഭൂതത്തെ പിടിക്കാൻ പറ്റിയ ശരീരമുള്ള ആള്. എന്റെ പിള്ളേർക്ക് തന്ത ഇല്യാണ്ടാവോ കർത്താവെ"

എന്ന് പറയാൻ സാധ്യതയുള്ളതുകൊണ്ടാണ് അവളോട് ചോദിക്കാതെ തിടുക്കത്തിൽ ഇറങ്ങി തിരിക്കാൻ തീരുമാനിച്ചത്.

പള്ളി അങ്ങാടിയിൽ ചെന്ന് രണ്ട് മണിക്കൂർ മണൽ വാരലും പിന്നെ ഓട്ടോറിക്ഷ ഓടിക്കലും ഉള്ള ഒരുത്തന്റെ ഓട്ടോ വിളിച്ച് ഞാൻ സ്പോട്ടിലേക്ക് വച്ചു പിടിച്ച് ഐമുറി കവലയിലെത്തി. ഞാൻ വണ്ടിയിൽ നിന്നും ഇറങ്ങിയപാടെ സ്ഥിരം കവല കാവൽക്കാരായ മൂന്നു തെണ്ടിപ്പട്ടികൾ എന്റെ നേരെ ബൗ ബൗ എന്നു കുരച്ചുകൊണ്ട് ചാടി വന്നു. ഒരു ഞൊണ്ടി, പൂച്ചക്കണ്ണും ചെമ്പൻ നിറവുമുള്ള മറ്റൊന്ന്, മേൽചുണ്ട് കുറവായതിനാൽ പല്ലെല്ലാം പുറത്തു കാണാവുന്ന വേറൊന്ന്. തൊട്ടരികത്തെ ഒളിവിൽ ഹോട്ടലിലെ എച്ചിൽ തിന്ന് കഴിയുന്ന നാലഞ്ചെണ്ണം വേറെയും ഈ പരിസരത്ത് തമ്പടിക്കാറുള്ളവയാണ്.

"പോ പട്ടികളെ" എന്ന് ഇവയെ ആട്ടിയോടിച്ചിട്ട് ഞാൻ ആളുകൾ ചുറ്റും കൂടിനിൽക്കുന്ന യുവത്വത്തിലേക്ക് കാലൂന്നികൊണ്ടിരിക്കുന്ന ആൽമര സുന്ദരിയുടെ സമീപത്തേയ്ക്ക് അടുത്തു. സുന്ദരിയെ വിട്ടുപിരിയാത്ത നിത്യകാമുകനായ ഇളം തെന്നൽ അവളുടെ ശരീരത്തിലാകെ തൊട്ടു തലോടി കടന്നുപോയപ്പോൾ രോമാഞ്ചത്താൽ അവളുടെ കുളിർമേനിയിലെ ഇലകൾ ആടിയുലഞ്ഞു. തണുത്ത കുളിർക്കാറ്റ് അന്തരീക്ഷമാകെ വീശിയടിച്ചു. ക്യാമറയും തൂക്കി നിന്ന എന്റെ പക്കലേക്ക് ചിലർ ഓടിവന്നു. തൊട്ടരികത്ത് വന്ന് ഒരുത്തൻ പറഞ്ഞു

"സർ ഇന്നു രാവിലെയാണ് ഭൂതം ഞങ്ങളുടെ ശ്രദ്ധയിൽപെട്ടത്. ആലിലേയ്ക്ക് സർ നോക്കിയെ. അവൻ തൂങ്ങികിടക്കുന്നത് കാണുന്നില്ലേ?"

ഞാൻ മൊത്തം കണ്ണോടിച്ചു. കവലയിൽ നഗ്നയായി നിൽക്കുന്ന സുന്ദരിയുടെ നാണം മറയ്ക്കാൻ മതവിശ്വാസികളും രാഷ്ട്രീയക്കാരും അവളുടെ അരവരെയുള്ള ഭാഗം വർണ്ണ ശബളമായ ചേലകൾ കൊണ്ട് മറച്ചിരിക്കുന്നു. ഇത് എന്റെയുള്ളിന്റെയുള്ളിൽ ചിരി പടർത്തി. മരത്തിന് തേനും പാലും മറ്റും അഭിഷേകം നടത്തുകയും പൂജിക്കുകയും ചെയ്യാമെങ്കിൽ എന്തുകൊണ്ട് ഇതുമായിക്കൂട. ആലിൽ മൊത്തം നോക്കിയിട്ടും എനിക്കൊന്നും കാണാൻ കഴിഞ്ഞില്ല ഇത് എന്നിൽ സംശയം ഉണർത്തി. ഞാൻ ചോദിച്ചു.

"വേറെ പത്രക്കാരെയും ചാനലുകാരെയും ഒന്നും അറിയിച്ചിട്ടില്ലേ?"

"ഉവ്വ് സര്‍. അവര്‍ ഉടന്‍ എത്തിച്ചേരും"

"എങ്കില്‍ അവര്‍ വരട്ടെ. എനിയ്ക്ക് പോയിട്ട് തിടുക്കമുണ്ട്"

എന്ന് പറഞ്ഞ് ഞാന്‍ തിരിച്ചുപോകുവാന്‍ ഒരുങ്ങുന്നതു കണ്ട് ഒരാള്‍ മുന്നോട്ടു വന്നു പറഞ്ഞു.

"സര്‍, ആല്‍മരത്തിന്റെ മുകളില്‍ ആ ചരിഞ്ഞു കിടക്കുന്ന ബോര്‍ഡിലേക്ക് ഒന്നു നോക്കിയേ. അയാള്‍ ചൂണ്ടിക്കാട്ടിയ ബോര്‍ഡിലേക്ക് ഞാന്‍ നോക്കി.

15.07.2000 പെരുമ്പാവൂര്‍ ഫാസില്‍ കൊച്ചിന്‍ സാഗരികയുടെ ഭൂതം. (സംഗീതനാടകം).

"ഞങ്ങള്‍ ഇവിടുത്തെ സ്ഥിരം കുത്തിയിരിപ്പുകാരും മറ്റുള്ളവര്‍ ബസ്സുകാത്തുനില്‍ക്കുന്ന വരുമാ. സാറിനെ ഒന്നു ആക്കുവാന്‍ വിളിച്ചതാ"

ആള്‍ക്കൂട്ടത്തില്‍ നിന്നും എന്നെ കളിയാക്കുവാന്‍ ഒരു ശുംഭന്‍ വീണ്ടും വിളിച്ചു പറഞ്ഞു.

ചമ്മിപ്പോയ ഞാന്‍,

"ഇത്തരം ന്യൂസുകണ്ടാല്‍ ഇനിയും വിളിക്കാന്‍ മറക്കല്ലെ"

എന്നു പറഞ്ഞ് പെട്ടെന്ന് സ്റ്റാന്‍ഡ് വിട്ടു.

# 4. മുല്ലപ്പെരിയാർ പൊട്ടിയപ്പോൾ

പകലന്തിയോളം തന്റെ പ്രാണപ്രേയസിയായ കടലമ്മയ്ക്കും മകൾ ഭൂമി ദേവിക്കും വേണ്ടി പണിയെടുത്ത് അവശനായി ചുവന്ന് തുടുത്ത സൂര്യഭഗവാൻ അങ്ങ് പടിഞ്ഞാറൻ ചക്രവാളത്തിലെ കടലമ്മയുടെ വിരിമാറിലേക്ക് മെല്ലെ മെല്ലെ തലചായ്ച്ചു ക്ഷീണിതനായ ഭഗവാനെ അവൾ ശൃംഗാര വായ്പോടെ വാരിപ്പുണർന്നു. സഹസ്രാബ്ദങ്ങളായി തുടർന്നു പോരുന്ന അവരുടെ അനശ്വരമായ പ്രണയ പാരവശ്യം അസ്വദിച്ച് ആകാശവും ഭൂമിയും രോമാഞ്ചമണിഞ്ഞു. തന്റെയും ലോകത്തിന്റെയും എല്ലാമെല്ലാമായ പ്രിയന്റെ ക്ഷീണം ശമിച്ചെന്ന് തോന്നിയപ്പോൾ അവൾ കിളികൊഞ്ചലോടെ ചോദിച്ചു.

"നാഥാ അങ്ങ് എത്രയോ നൂറ്റാണ്ടുകളായി നമ്മുടെ പൊന്നോമനയ്ക്കും അവളുടെ പ്രജകളായ മനുഷ്യർക്കും ജീവജാലങ്ങൾക്കും വേണ്ടി അഹോരാത്രം പണിയെടുക്കുന്നു. എന്നിട്ടും അഹങ്കാരികളും അത്യാഗ്രഹികളുമായ മനുഷ്യരെന്ന നീച ജന്തുക്കൾ നമ്മുടെ കുഞ്ഞിനെ ഇഞ്ചിഞ്ചായി കൊല്ലാക്കൊല ചെയ്ത് വേദനിപ്പിക്കുന്നത് അങ്ങ് കാണുന്നില്ലേ?"

പൊട്ടിക്കരഞ്ഞ് ഭഗവാന്റെ മുടിയിഴകളിൽ വിരലുകൾ ഓടിച്ച് തലോടിക്കൊണ്ടവൾ കേണു.

"നമ്മുടെ പൊന്നോമനയുടെ മസ്തിഷ്കമായ മലകൾ തുരന്ന് അവളുടെ മുടിയിഴകളായ വനങ്ങൾ വെട്ടിനശിപ്പിച്ച് മൊട്ടത്തലയാക്കുകയല്ലേ? അവയിൽ ആവസിച്ചിരുന്ന വന്യജീവികൾ നാട്ടിലേക്ക് വന്ന് ശല്യങ്ങൾ ചെയ്തു കൊണ്ടിരിക്കുകയാണ്. അവളുടെ നിറഞ്ഞ വിരിമാറായ പാറക്കെട്ടുകൾ ഡയനാമിറ്റ് വച്ച് തകർത്ത് നഗ്നമാക്കിയില്ലേ? പണാർത്തി മൂത്ത കശ്മലർ സുഖലോലുപതയ്ക്ക് വേണ്ടി അവളുടെ ഉദരം പിളർന്ന് അവസാനത്തരി മണലും വാരിയെടുത്തുകൊണ്ടിരിക്കുകയല്ലേ? കപട രാഷ്ട്രീയക്കാരും ഭരണാധികാരികളും അതിന് കൂട്ടുനിൽക്കുകയല്ലേ? ജീവജലം നിറഞ്ഞു നിന്നിരുന്ന നെൽപ്പാടങ്ങൾ, അവയിൽ പാറിപറന്നിരുന്ന കുഞ്ഞാറ്റക്കിളികളും പനന്തത്തകളും ഇന്നെവിടെ? അവളുടെ ഫലഭൂയിഷ്ടവും സുന്ദരവുമായിരുന്ന മേനിയിലെ കൃഷിയിടങ്ങളും കായലും നികത്തി ഫ്ളാറ്റുകളും വില്ലകളും പടുത്തുയർത്തി

പ്രകൃതിക്ഷോഭങ്ങളും കാലാവസ്ഥ വ്യതിയാനങ്ങളും വരുത്തി ജനജീവിതം ദുസ്സഹമാക്കുകയല്ലേ.

ഇത്രയുമായപ്പോൾ കടലമ്മയുടെ ശരീരം കോപം കൊണ്ട് ഒന്നുലഞ്ഞു. ശക്തമായ തിരമാലകൾ കരയിലേക്ക് ആഞ്ഞടിച്ചു. കടൽ ഭിത്തികളിൽ പലതും തകർന്നു വീണു. എല്ലാം ശ്രവിച്ചുകൊണ്ട് അവളുടെ മടിയിൽ കരങ്ങൾ തഴുകി തലചായ്ച്ചിരുന്ന ഭഗവാൻ പ്രിയതമയുടെ കോപം ശമിപ്പിക്കാനെന്നോണം പറഞ്ഞു.

"പ്രിയേ ആ കശ്മലർക്ക് ഞാൻ നൽകുന്ന ശിക്ഷകൾ പോരെന്നാണോ. എന്റെ കോപം അത്യുഷ്ണമായും കൊടും തണുപ്പയും കൊടുങ്കാറ്റായും ആഞ്ഞടിച്ച് വർഷംതോറും ആയിരങ്ങളെ ഞാൻ കൊന്നൊടുക്കുന്നില്ലേ? ഭാവിയിൽ ദൈവത്തിന്റെ സ്വന്തം നാടെന്ന് അവർ കൊട്ടിഘോഷിക്കുന്നിടത്ത് കുടിവെള്ളം കിട്ടാതെയും പട്ടിണി കിടന്നും ആ പുഴുക്കൾ മരിക്കുന്നത് നിനക്ക് കാണുവാൻ കഴിയും. പ്രിയേ ഇതൊന്നും പോരെന്നാണോ. ഇനി ഞാനെന്തു ചെയ്യണമെന്നാണ്".

കടലമ്മയുടെ കോപം ഒന്നു തണുത്തു. അവൾ പറഞ്ഞു.

"പ്രാണേശ്വരാ ഞാനങ്ങയെ കുറ്റപ്പെടുത്തിയതല്ലാ. ഭൂമി ദേവി ഇന്നെന്നോട് മാറത്തടിച്ച് വിലപിച്ചുകൊണ്ട് അവളുടെ സങ്കടങ്ങൾ പറയുകയുണ്ടായി. എനിക്ക് സഹിച്ചില്ലാ പൊന്നേ? കോപം കൊണ്ട് ചിലതെല്ലാം പറഞ്ഞുപോയതാണ്. ലക്ഷക്കണക്കായ മനുഷ്യരുടെ ജീവന് ഭീഷണിയായി അവളുടെ നെറുകയിൽ കെട്ടിപ്പൊക്കിയിരിക്കുന്ന മുല്ലപ്പെരിയാർ തകർത്ത് അവരെ ഒരു പാഠം പഠിപ്പിക്കണമെന്ന്. അതിന് അവൾക്ക് അങ്ങയുടെ അനുവാദം വേണമത്രേ? അമ്മ അച്ഛനോട് അനുവാദം വാങ്ങിത്തരുമോ എന്ന് കൂടി എന്നോടവൾ കേണപേക്ഷിക്കയുണ്ടായി.

"നമ്മുടെ പൊന്നിൻകൂടത്തിന്റെ ആഗ്രഹം അതാണെങ്കിൽ അങ്ങനെ ചെയ്യാൻ നാം അനുവദിച്ചിരിക്കുന്നു എന്നറിയിച്ചേക്കു ഭവതീ, ഭഗവാൻ പറഞ്ഞു.

മാസങ്ങൾ പിന്നിട്ടു. ശക്തിയായ കാലവർഷത്തിന് തുടക്കമായി. കോരിച്ചൊരിയുന്ന മഴ. അണക്കെട്ടുകൾ നിറഞ്ഞു കവിഞ്ഞു. മുല്ലപ്പെരിയാറിലെ ജലനിരപ്പ് ക്രമാതീതമായി ഉയർന്നു എന്നും അണക്കെട്ട് ഏതു നിമിഷവും തകർന്നെക്കാമെന്നുമുള്ള ദൃശ്യ ശ്രവ്യ മാധ്യമങ്ങളുടെ സ്ഥിരം പല്ലവി ആവർത്തിച്ചു. കപട

രാഷ്ട്രീയക്കാരും അധികാരികളും പ്രസംഗവെടികൾ പൊട്ടിച്ചും റോഡ് നീളെ ജാഥകൾ നടത്തിയും ജനങ്ങളെ ഭീതിയലാഴ്ത്തിക്കൊണ്ടിരുന്നു. ആകാശമാകെ നിറഞ്ഞുനിന്നിരുന്ന കാർമേഘങ്ങൾ അങ്ങ് കിഴക്കൻ പർവ്വതനിരകളെ ലക്ഷ്യമാക്കി മിന്നൽ വേഗത്തിൽ പാഞ്ഞുകൊണ്ടിരുന്നു. സൂര്യഭഗവാൻ ദിവസങ്ങളോളം മേഘപാളികളിൽ ഒളിഞ്ഞിരുന്നു. കടലും കരയും പ്രക്ഷുബ്ധമായി. പ്രകൃതിയുടെ ഈ മാറ്റത്തിന് വേണ്ടി കാത്തിരുന്ന ഭൂമിദേവി രൗദ്രഭാവം പൂണ്ട് സംഹാരരുദ്രയായി അവൾ ആകെയൊന്നു ആടിയുലഞ്ഞു.

ഡില്‍ ഡില്‍ എന്ന് ഇടവിട്ടുള്ള ഉലച്ചിലുകൾ, നടുക്കങ്ങൾ എല്ലാം ഇളകിമറിയുന്നു എന്ന പ്രതീതി. ജനങ്ങൾ പരിഭ്രാന്തരായി വീടുകളിൽ നിന്നും ഇറങ്ങി പുറത്തേക്കോടി. റോ... റോ... എന്ന ഭയാനകമായ ശബ്ദത്തോടെ ഡാം തകർന്നു. ആർത്തുലഞ്ഞ സ് സ് സ് എന്ന സീൽക്കാരത്തോടെയുള്ള വെള്ളത്തിന്റെ കുത്തൊഴുക്കിൽ കുന്നുകളും മലകളും തട്ടിത്തകർന്ന് വൻവൃക്ഷങ്ങളോടൊപ്പം കടപുഴകി വെള്ളപ്പാച്ചിലിനോടൊപ്പം തട്ടിയും മുട്ടിയും പാഞ്ഞൊഴുകി.

ഭീതിതമായ ശബ്ദങ്ങൾ കൊണ്ട് അന്തരീക്ഷം മുഖരിതമായി. ലക്ഷക്കണക്കായ മനുഷ്യരു ജീവജാലങ്ങളും എറുമ്പിൻ കൂട്ടങ്ങൾ പോലെ വെള്ളത്തിലൂടെ കുത്തിയൊഴുകി. കെട്ടിടങ്ങൾ തകർന്നടിഞ്ഞു. എവിടെയും ജീവനുവേണ്ടിയുള്ള ആക്രോശങ്ങൾ രക്ഷിക്കണേ, രക്ഷിക്കണേ എന്ന വിലാപങ്ങൾ, കൊച്ചിക്കായൽ തീരങ്ങളിൽ ആകാശത്തോടൊപ്പം ഉയർന്നു നിന്നിരുന്ന ഫ്ലാറ്റുകൾ മൃതശരീരങ്ങൾക്കൊപ്പം ചീട്ടു കൊട്ടാരം പോലെ അറബിക്കടലിലേക്ക് കെട്ടുപിണഞ്ഞ് പതിച്ചുകൊണ്ടിരുന്നു.

അങ്ങ് മലയാറ്റൂർ മലഞ്ചെരുവിൽ താമസിച്ചിരുന്ന അഗതിയായിരുന്ന ഒരമ്മ തന്റെ മടിയിലിരുന്ന പിഞ്ചുകുഞ്ഞിനോട് കരളലിയിക്കുന്ന ഈ ദുരന്തകഥ വിവരിക്കുകയായിരുന്നു. കഥ കേട്ടിരുന്ന നിഷ്ക്കളങ്കനായ കുസൃതി അമ്മയോട് ചോദിച്ചു.

"അമ്മേ അപ്പോൾ അങ്ങ്...അങ്ങ്... സ്വിസ് ബാങ്കിൽ പണമിട്ടിരുന്നവരും ധർമ്മം പോലും കൊടുക്കാതെ കോടികൾ കൂട്ടി വച്ചിരുന്നവരും കടലിലേക്ക് ഒലിച്ചു പോയോ അമ്മേ..???"

# 5. രസകരമായ ഒരു കൽക്കട്ടായാത്രയുടെ ഓർമ്മ

പ്രകൃതി സുന്ദരമായ പെരിയാറിന്റെ തീരത്തെ ഒരു കൊച്ചു ഗ്രാമം. പണ്ട് ചേരമാൻ പെരുമാൾ രാജാക്കന്മാരാണ് ഇവിടെ ഭരണം നടത്തിയിരുന്നതെന്ന് കേൾക്കുന്നു. അക്കാലത്താണ് ഈ ഗ്രാമത്തിന് ചേരാനല്ലൂർ എന്ന സ്ഥലനാമം ലഭിച്ചതെന്ന് പഴമക്കാർ പറഞ്ഞറിവുണ്ട്. ചേരമാൻ നല്ല ഊര് ലോപിച്ച് പിന്നീട് ചേരാൻ നല്ല ഊര് എന്ന അർത്ഥം വരത്തക്കവിധം ചേരാനല്ലൂരായത്രേ. അന്താരാഷ്ട്ര തീർത്ഥാടന കേന്ദ്രമായ മലയാറ്റൂരിന്റെ നേരെ എതിർവശത്തായാണ് പുറംലോകത്ത് ഏറെയൊന്നും ഇന്നും അറിയപ്പെടാത്ത ഈ തനി നാട്ടിൻ പുറം. ഗ്രാമവാസികൾ മുഴുപട്ടിണിയും ദാരിദ്ര്യവും അനുഭവിച്ചിരുന്നത്രേ. രോഗങ്ങളും അരങ്ങേറിയിരുന്ന കാലഘട്ടം. നാലഞ്ച് ദശാബ്ദങ്ങൾക്ക് മുമ്പ് ഇവിടെ നിന്നും നാടുവിട്ട് ഒളിച്ചോടിയിരുന്നവരിൽ ഭൂരിഭാഗവും കൗമാരപ്രായക്കാരായിരുന്നു. ഒളിച്ചോട്ടത്തിൽ ഒന്നാം സ്ഥാനം ഈ നാടിന് ആയിരുന്നിരിക്കാം.

അപ്പനും അമ്മയും അഞ്ചു സഹോദരിമാരും ഞാനും എന്റെ ജ്യേഷ്ഠനും ഉൾപ്പെട്ടതായിരുന്നു ഞങ്ങളുടെ കുടുംബം. മൂത്ത സഹോദരൻ കേമനായിരുന്നതുകൊണ്ട് അവന് പനമ്പ് നെയ്ത്തും കൃഷിപ്പണിയും മറ്റും ചെയ്യേണ്ടിയിരുന്നില്ല. ഞാൻ രണ്ട് മൂന്ന് ക്ലാസുകളിൽ തോറ്റ് ഒരു വിധം എട്ടാം ക്ലാസ് കടന്നുകൂടി. പിന്നെ പനമ്പ് കച്ചവടത്തിലേക്ക് തിരിഞ്ഞു. അന്ന് പലരും ഈറ്റ, പനമ്പ് കച്ചവടം കൊണ്ടാണ് ധനികരായിരുന്നത്. അതാണ് തൽക്കാലം ആ തൊഴിലിലേക്ക് പ്രവേശിക്കാമെന്ന് വച്ചത്. എന്റെ കച്ചവടം തരക്കേടില്ലാതെ മുന്നേറി.

രണ്ട് മൂന്ന് കൊല്ലം കൊണ്ട് അയ്യായിരം രൂപയോളം ലാഭം കിട്ടി. അന്നത്തെ അയ്യായിരം രൂപയ്ക്ക് ഇന്നത്തെ രണ്ട് ലക്ഷം രൂപയുടെയെങ്കിലും മൂല്യം വരും. പലരും എന്നെ മുതലാളി എന്ന് വിളിക്കുന്നതു കേട്ട് അന്ന് കോൾമയിർ കൊണ്ടിരുന്നു. അങ്ങനെയിരിക്കെ നാട്ടിൽ നിന്നും പുറപ്പെട്ടുപോയവരിൽ പലരും കൽക്കട്ടയിലും മദ്രാസിലുമൊക്കെ നല്ല ജോലിക്കാരുമായി മാറിയിരിക്കുന്നു എന്ന കെട്ടുകഥ നാട്ടിൽ പരന്നു. അക്കാലത്ത് ഒരു ജോലിക്കാരനെന്ന് കേട്ടാൽ ജനങ്ങൾ നല്ല വിലയും നിലയും കല്പിച്ചിരുന്നു. ചെറുപ്പക്കാർ നാടുവിട്ടോടിയിരുന്നത് ഇടപ്പള്ളി, കണ്ണമാലി പെരുന്നാളുകൾക്ക് പോകുന്ന അവസരങ്ങളിലായിരുന്നു. തീവണ്ടിയിൽ ടിക്കറ്റെടുക്കാതെ കള്ളവണ്ടി കയറിയായിരുന്നു ഈ യാത്രകളിൽ

ഏറെയും. എനിക്കും നാടുവിട്ടാൽ നല്ലൊരു ജോലി കിട്ടുമെന്ന ഉൾവിളിയുണ്ടായി.

ഇടപ്പള്ളി പെരുന്നാൾ ദിവസം അടുത്തുകൊണ്ടിരുന്ന സമയം വീട്ടുകാരറിയാതെ നാടുവിടാനുള്ള തയ്യാറെടുപ്പുകൾ ആരംഭിച്ചു. യാത്രയിൽ പണം കള്ളന്മാർ തട്ടിയെടുക്കാതിരിക്കാൻ അണ്ടർ വെയറിന്റെ വയറോട് ചേർന്ന രഹസ്യഭാഗത്ത് ചെറിയൊരു സഞ്ചിപോലെ തയ്പ്പിച്ചു. അന്ന് പപ്പടം വില്പനക്കാർ കൊണ്ടു നടക്കുന്ന സഞ്ചിപോലെ ഒന്ന് തരപ്പെടുത്തി. അത്യാവശ്യം സ്റ്റെപ്പിനി ഡ്രസ് സൂക്ഷിക്കാൻ. ഇടപ്പള്ളി പെരുന്നാളിന്റെ തലേന്ന് ഏറ്റവും അടുപ്പമുള്ള കൂട്ടുകാരനോടൊപ്പം അയൽപ്പക്കത്തെ വീടുകളിലെ മൂന്ന് നേർച്ച കോഴികളെയും ശേഖരിച്ച് വൈകീട്ട് അഞ്ചുമണിയോടെ ഇടപ്പള്ളിക്ക് യാത്ര തിരിച്ചു.

കോഴിവയ്പും നേർച്ച ഇടീലും കഴിഞ്ഞ് ഞങ്ങൾ സർക്കസ്സ് കാണാൻ കയറി. കൂട്ടുകാരനറിയാതെ അവിടുന്ന് മെല്ലെ മുങ്ങി. ആളുകൾ പറഞ്ഞു കേട്ടിരുന്ന അറിവു വച്ച് നേരെ ആലുവാ റെയിൽവേ സ്റ്റേഷനിലേക്ക് തിരിച്ചു. എന്നെ കാത്തെന്ന വണ്ണം ഒരു ട്രെയിൻ സ്റ്റേഷനിൽ കിടന്നിരുന്നു. ഞാൻ അതിൽ കയറിപ്പറ്റി. പുറപ്പെടുവാൻ സമയം കാത്തുകിടന്നിരുന്ന ഒരു ട്രെയിനിൽ സ്റ്റേഷനിൽ നിന്നും കുറെ അകലെ വച്ച് കയറിപ്പറ്റി. സീറ്റിലിരുന്ന ഒരു ചെറുപ്പക്കാരനിൽ നിന്നും ട്രെയിൻ കൽക്കട്ടക്കാണെന്ന് മനസ്സിലാക്കി. പരിചയപ്പെട്ടപ്പോൾ അയാളും അങ്ങോട്ടാണെന്ന് അറിയിച്ചു. കാര്യങ്ങൾ നല്ല രീതിയിൽ നീങ്ങുന്നു എന്നു കണ്ട് ഞാൻ സന്തോഷിച്ചു.

മൂന്നാം ദിവസം പറയത്തക്ക ചെക്കിങ്ങില്ലാതെ ഞങ്ങൾ ഹൗറ സ്റ്റേഷനിലെത്തി. വണ്ടി നിന്നപ്പോൾ ഞാൻ സ്റ്റേഷൻ പരിസരത്തു നിന്നും തെല്ല് മാറി നടന്ന് റയിൽ ക്രോസ് ചെയ്ത് സ്റ്റേഷനു പുറത്തെ ഒരു ജംഗ്ഷനിലെത്തി. മലയാളത്തിൽ ബോർഡ് വച്ചിരുന്ന ഹോട്ടലിന്റെ മുമ്പിലാണ് ചെന്നു പെട്ടത്. തമിഴും മലയാളവും കൂട്ടിക്കലർത്തി സംസാരിക്കുന്ന പാലക്കാടൻ പട്ടരായിരുന്നു മാനേജർ. ആ നല്ല മനുഷ്യൻ പൊതപൂക്കൂർ റോഡിലെ ഒരു ലോഡ്ജിലേക്ക് സൈക്കിൾ റിക്ഷയിൽ എന്നെ എത്തിക്കുവാൻ ഏർപ്പാടാക്കി സഹായിച്ചു. ഒരു തൃശൂർക്കാരൻ ജോസഫ് ചേട്ടൻ നടത്തുന്ന ലോഡ്ജ് തൊഴിലില്ലാതെ കൽക്കട്ടയിൽ എത്തപ്പെട്ടിരി ക്കുന്നവരുടെ താവളമായിരുന്നത്. കൂട്ടത്തിൽ പാവമായി തോന്നിയ ചെറുപ്പക്കാരനുമായി ഞാൻ സ് നേഹത്തിലായി. അയാളിൽ നിന്നും അത്യാവശ്യം സംസാരിക്കേണ്ട ബംഗാളി ഞാൻ എഴുതിയെടുത്ത് കാണാതെ പഠിച്ച് മന:പാഠമാക്കി. മൂന്ന് നാല് ദിവസത്തിനുശേഷം യാത്ര ചെയ്യേണ്ട ബസ്സുകളുടെ നമ്പറും

തിരിച്ചു പോരേണ്ട വഴികളും ഒരു ഡയറിയിൽ എഴുതി അതുമായി ജോലി അന്വേഷിച്ച് അലച്ചിൽ തുടങ്ങി. തുടക്കത്തിൽ ഒരു കൂട്ടുകാരനുമൊരു മിച്ചായിരുന്നു കറക്കം.

ഞങ്ങൾ കൽക്കട്ടാ നഗരത്തിന്റെ തലസ്ഥാനമായ ഡൽഹൗസിലെത്തി. അഞ്ചും പത്തും നിലകളുള്ള കൂറ്റൻ കെട്ടിടങ്ങൾ കണ്ട് ഞാനറിയാതെ ചോദിച്ചുപോയി.

"ഈ വലിയ വീടൊക്കെ ആരുടേതാ"

"എടാ മണ്ടാ മിണ്ടാതിരി. ആരെങ്കിലും കേൾക്കും അതൊക്കെ വലിയ വലിയ കമ്പനികളുടെ ഓഫീസുകളാ".

ദിവസങ്ങൾ പിന്നെയും ഇഴഞ്ഞു നീങ്ങി. പിന്നീട് ഒറ്റയ്ക്കായി എന്റെ ജോലി തേടിയുള്ള യാത്ര. പലപ്പോഴും മലയാളികളെ വഴിയിൽ കണ്ടുമുട്ടിയിരുന്നു. പക്ഷെ സഹായം എന്തെങ്കിലും ചെയ്ത് കൊടുക്കേണ്ടി വന്നാലോ എന്നു കരുതി ആരും കണ്ട ഭാവം പോലും നടിച്ചിരുന്നില്ല. എന്തെങ്കിലും ചോദിച്ചാൽ മുറി ബംഗാളി പറഞ്ഞ് അവർ തടിതപ്പുമായിരുന്നു. യാത്രക്കിടെ എന്റെ കെട്ടും മട്ടും കണ്ട് സംശയം തോന്നിയ ഒരു ബംഗാളി ചോദിച്ചു.

"തുമി കോത്തായി ജാച്ചി" (നിങ്ങൾ എവിടെ പോകുന്നു)

"അമി ഏക്ക് ആന നാത്തൂൻ അഹരാ" (ഞാനിവിടെ പുതുതായി വന്നതാണെന്ന്) (അമി എയ്ഖാനെ നൊത്തൂൻ ആഛേ എന്നാണ് ശരി)

പക്ഷെ ഞാൻ നാട്ടിൽ പഠിച്ചിരുന്നത് ആന, നാത്തൂൻ, അഹരാ എന്നൊക്കെയാണെന്ന് ബംഗാളിക്കറിയോ? എന്റെ ബംഗാളി ഭാഷ കേട്ട് കോപം വന്ന അയാൾ

"മദ്രാസി സാലാ ചലെ ജാൻ"

മദ്രാസി സാറെ എന്ന് വിളിച്ചതാണെന്ന് കരുതി ഞാനൊരടി പൊങ്ങി. റൂമിൽ ചെന്ന് കൂട്ടുകാരനോട് ചോദിച്ചപ്പോഴാണ് മനസ്സിലായത്.

"മദ്രാസി ഭ്രാന്താ പോടാ"

എന്നാണ് പറഞ്ഞതെന്ന്. അങ്ങനെ സാലാ എന്ന പ്രയോഗം എനിക്ക് മന:പാഠമായി. ഞങ്ങൾ താമസിക്കുന്ന മുറി ദിവസേന അടിച്ച്

തൂക്കുവാൻ ഒരുപതിനഞ്ചു വയസ്സുകാരി ബംഗാളി പെൺകുട്ടി വരുമായിരുന്നു. കൂട്ടുകാർ അവളോട്

"ബാലോ ആച്ഛേ തോ" (സുഖമാണോ)

എന്ന് ചോദിക്കുന്നതും

"ടീക്ക് അച്ഛേ" (സുഖമാണ്)

എന്ന മറുപടിയും ഞാൻ കേട്ടിരുന്നു.

കൂട്ടുകാരെല്ലാം ജോലിക്ക് പോയിക്കഴിഞ്ഞ് മുറിയിൽ ഞാൻ തനിച്ചായി. അപ്പോഴാണ് അടിച്ച് വാരുന്ന കുട്ടി മുറിയിലേക്ക് കടന്നു വന്നത്. ക്ഷേമാന്വേഷണമെന്ന മട്ടിൽ ഞാൻ ചോദിച്ചു.

"ബാൽ ആച്ഛേ തോ"

ഇത് കേട്ടപാടെ കുട്ടി ജീവനും കൊണ്ട് മുറിവിട്ടോടി. എന്തിനാണ് പെൺകുട്ടി ഭയന്ന് ഓടിയതെന്ന് മനസ്സിലായില്ല. ദൈവമേ, ഇനി എന്തൊക്കെ കുഴപ്പങ്ങൾ ഉണ്ടാകുമോ ആവോ എന്നോർത്ത് ഞാൻ ഭയപ്പെട്ടു. വൈകീട്ട് കൂട്ടുകാർ ജോലി കഴിഞ്ഞ് മുറിയിൽ എത്തിയപ്പോൾ ഞാൻ അവരോട് വിവരം പറഞ്ഞു.

"നീ എന്താടാ ചോദിച്ചത്"

"ബാൽ ആച്ഛേ തോ എന്ന്"

കൂട്ടുകാരെല്ലാം പൊട്ടിച്ചിരിച്ചിട്ട് പറഞ്ഞു.

"മരമണ്ടാ, ബാൽ ആച്ഛേ തോ എന്നാൽ മുടി ഉണ്ടോ" എന്നാണ്. ഇത് കേട്ടതോടെ ഞാൻ,

"കർത്താവെ സ്ത്രീപീഡനം ആകാഞ്ഞത് എന്റെ ഭാഗ്യം"

കൽക്കട്ടയിലെത്തിയിട്ട് ഒരു മാസം തികയാൻ പോകുന്നു. രാവിലെ മുതൽ വൈകീട്ട് വരെ പല കമ്പനികളിലും കയറിയിറങ്ങി മടുപ്പുതോന്നിത്തുടങ്ങി. തിരിച്ചുപോകുന്നത് നാണക്കേടല്ലേ? പണി കിട്ടിയില്ലാ എന്ന് നാട്ടിലും വീട്ടിലും അറിയാതിരിക്കുന്നതാണ് നല്ലതെന്ന് തോന്നുന്നു. വീട്ടിലേക്ക് ഒരു കത്തെഴുതിയേക്കാമെന്നുറച്ചു. ഒരു ഇല്ലെന്റ് എടുത്ത് ഇങ്ങനെ എഴുതി,

"പ്രിയപ്പെട്ട അപ്പച്ചാ ഞാൻ കൽക്കട്ടയിലെ ബഹാല എന്ന സ്ഥലത്തെ ഒരു ജൂട്ട് കമ്പനിയിലാണ്. പണിയൊക്കെ എളുപ്പമാണ്. എല്ലാവരെയും ചോദിച്ചതായി പറഞ്ഞേക്ക്.

ഒരു മാസം കഴിഞ്ഞ് അപ്പച്ചന്റെ പേരിൽ ആയിരം രൂപ മണിയോർഡർ അയച്ചു. രണ്ടു മാസം ഇത് തുടർന്നുകൊണ്ടിരുന്നു. അതോടെ കയ്യിലെ പണം തീർന്നു.

വീണ്ടും വീട്ടിലേക്കെഴുതി

'അപ്പച്ചാ ഞാൻ പണി ചെയ്തിരുന്ന ജൂട്ട് കമ്പനി തൽക്കാലത്തേക്കു പൂട്ടിയിരിക്കുക യാണ് (എന്റെ കയ്യിലുണ്ടായിരുന്ന പൈസയുടെ കമ്പനിയും പൂട്ടി എന്ന് എഴുതിയില്ല. നാണക്കേട് ആയാലോ എന്ന് കരുതിയിട്ടാണ് അങ്ങനെ എഴുതാതിരുന്നത്) അത്യാവശ്യമായി ആയിരം രൂപ അയച്ചു തരണം".

ഭാഗ്യം വീണ്ടും തുണച്ചു. കൽക്കട്ടയിലെ അതിവിശാലമായ എക്സ്പ്ലനേഡ് ഗ്രൗണ്ടിൽ പട്ടാളത്തിലേക്ക് ആളെ എടുക്കുന്നു എന്ന് ഒരു കൂട്ടുകാരൻ പറഞ്ഞ് കേട്ട് ഞാനും വേറൊരു കൂട്ടുകാരനും അങ്ങോട്ടു തിരിച്ചു. അന്ന് പട്ടാളത്തിൽ സെലക്ഷൻ കിട്ടുവാൻ വളരെ എളുപ്പമായിരുന്നു. ഞങ്ങളെല്ലാം ഈസിയായി പട്ടാള സെലക്ഷൻ വഴി കടന്നുകൂടി. 25 വർഷത്തെ സേവനം പൂർത്തിയാക്കി തിരിച്ച് നാട്ടിലെത്തി.

ഇപ്പോൾ പള്ളി അങ്ങാടിയിലെ കടത്തിണ്ണയിലിരുന്ന് പ്രായമായ ഞങ്ങൾ നാലഞ്ചുപേർ ഇത്തരം രസകരമായ അനുഭവങ്ങൾ പങ്കിട്ട് നേരം പോക്കികൊണ്ടിരിക്കുന്നു.

# 6. കരിമ്പനയിലെ പ്രേതാത്മാക്കൾ

ഭൂമിദേവിയെ പച്ച പട്ട് പുതപ്പിച്ചിരിക്കുന്നതുപോലെ നീണ്ട് പരന്ന് വിശാലമായി കിടക്കുന്ന നെൽവയലുകളും തെങ്ങും മാവും പ്ലാവും നിറഞ്ഞ തൊടികളുമുള്ള ജനവാസം കുറഞ്ഞ ഗ്രാമം. വേറെ വരുമാനങ്ങളൊന്നുമില്ലാതിരുന്നതിനാൽ ഞങ്ങൾക്കൊക്കെ ചെറുപ്പം മുതലെ പാടത്ത് കന്നുകാലികളെ പൂട്ടി നിലം ഉഴവും വെള്ളം തിരിയും, കറ്റചുമടും മറ്റും ചെയ്യേ ണ്ടിയിരുന്നു.

അക്കാലത്ത് ഭൂത പ്രേത പിശാചുക്കളും അമ്പലങ്ങളിലെ പ്രതിഷ്കളായ ദേവിമാരും മറ്റും രാത്രിയുടെ നിശബ്ദ യാമങ്ങളിൽ അപഥ സഞ്ചാരം നടത്തിയിരുന്നതായും, മറുതായും വെള്ളക്കാളയും ചാത്തനും മറ്റും ഉണ്ടായിരുന്നു എന്ന കെട്ടുകഥകൾ ഇന്നും ഓർമ്മകളിൽ തങ്ങി നിൽക്കുന്നു.

ഓരോ കുടുംബങ്ങളും ഒന്നും രണ്ടും ഫർലോങ് അകലെയാണ് താമസിച്ചിരുന്നത്. കൃഷിക്ക് വേണ്ടി പമ്പ് ഹൗസിൽ നിന്നും പമ്പ് ചെയ്യുന്ന വെള്ളം എല്ലാ പാടശേഖരങ്ങളിലും ആവശ്യത്തിന് കിട്ടാഞ്ഞതുകൊണ്ട് കണ്ടങ്ങളിൽ തിരിക്കാൻ രാത്രിയും പകലും ഞങ്ങളൊക്കെ വരമ്പുകളിൽ കാത്ത് കാവൽ കിടക്കുക പതിവാക്കി. വെള്ളം കിട്ടിയിരുന്നവരും കിട്ടാതിരുന്നവരും അതിന് വേണ്ടി വെട്ടും കുത്തും വരെ നടത്തിയിരുന്നത്രേ.

എന്റെ അടുത്ത സുഹൃത്തായ ജോസ് ഒരു ദിവസം പാങ്ങോല പാടത്ത് വെള്ളം തിരിച്ചിട്ട് അവിചാരിതമായി തിരിച്ചുപോരുമ്പോൾ സമയം രാത്രി പന്ത്രണ്ടു മണി. തിരിച്ചു പോരുന്ന വഴിയോട് ചേർന്ന് നമ്പൂതിരി മന വക ഒരു കുളമുണ്ട്. കുളത്തിലേക്ക് ഇറങ്ങുന്ന കൽപടവുകൾക്കരികിലായി പ്രേതങ്ങളെ ആവാഹിച്ച് തറച്ചിരിക്കുന്നു എന്ന് വിശ്വസിച്ചു പോരുന്ന കരിമ്പനയും. കുളത്തിൽ മുങ്ങി മരിച്ച പ്രേതങ്ങളുടെ ആവാസകേന്ദ്രം കൂടിയായിരുന്നത്രേ ഈ കുളം. വെള്ളം തിരികഴിഞ്ഞ് ജോസ് കുളത്തിനരികത്തു കൂടി പാത്രിരാത്രിയിൽ തിരിച്ചു പോന്നതിന്റെ പിറ്റേന്ന് മുതൽ ഉള്ളിൽ പേടി തട്ടി ശക്തിയായ പനിയും വിറയലും ബാധിച്ച് ദുർമരണം പ്രാപിച്ചത്രേ.

മനയിലെ കുളത്തിനടുത്തുകൂടി അസമയങ്ങളിൽ കടന്നു പോകുമ്പോൾ ഇതിനകത്തെ ഇഞ്ചകാട്ടിൽ നിന്നും പ്രേതങ്ങൾ പിധിം പിധിം എന്ന് കുളത്തിൽ ചാടുമെന്നും കരിമ്പനയിൽ തറച്ചിരിക്കുന്നവ

ഠേ ഠേ എന്ന ശബ്ദത്തോടെ പറന്നകലുമെന്നും ചിലവ ഠിം ഠിം എന്ന ശബ്ദത്തോടെ കുളത്തിൽ പതിക്കാറുണ്ടെന്നും അനുഭവസ്ഥർ പറഞ്ഞ് പരത്തിയതോടെ പലരും അസമയത്ത് ഇതിലെ യാത്ര ചെയ്യാൻ തയ്യാറായിരുന്നില്ല.

മരിക്കുന്നതിന് മുൻപ് മരണശയ്യയിൽ വച്ച് മുകളിൽ പറഞ്ഞ വിവരങ്ങളാണത്രേ ജോസും വീട്ടുകാരോട് പറഞ്ഞത്. അയാളുടെ പുറത്ത് കരിവാളിച്ച അടയാളം കണ്ടിരുന്നെന്നും അത് പ്രേതത്തിന്റെ അടിയുടെ ആഘാതമായിരുന്നെന്നും നാട്ടിലാകെ ശ്രുതി പരന്നിരുന്നു. എന്തായാലും ജോസിന്റെ മരണം എന്നിൽ ഒരു ഷോക്ക് തന്നെ സൃഷ്ടിച്ചു. രാത്രി എനിക്ക് ഉറക്കം ഇല്ലാതായി. ഒരു യുക്തി ചിന്തകനും വിദ്യാസമ്പന്നനുമായ ഞാൻ ജോസിനെ പേടിപ്പിച്ചു കൊന്ന പ്രേതങ്ങളെ അഭിമുഖീകരിക്കാൻ തന്നെ തീരുമാനമെടുത്തു.

ഒരു മാസം പിന്നിട്ടു ഒരു വെള്ളിയാഴ്ച രാത്രി വീട്ടുകാരാരും അറിയാതെ തീപ്പെട്ടിയും രണ്ടു മെഴുകുതിരിയും മൂർച്ചയുള്ള വാക്കത്തിയും കയ്യിൽ കരുതി രാത്രി പന്ത്രണ്ടു മണിക്ക് ഞാൻ കുളത്തിനരികിലേക്ക് തിരിച്ചു. അന്ന് ടോർച്ച് അപൂർവ്വമായേ ഉപയോഗിച്ചിരുന്നുള്ളൂ. ഇരുമ്പ് കയ്യിലുണ്ടെങ്കിൽ പ്രേതങ്ങൾ അടുക്കില്ലാ എന്ന് കേട്ടിരുന്നതിനാലാണ് അത് കയ്യിൽ കരുതിയത്. രാത്രി കൃത്യം പന്ത്രണ്ടു മണിക്കാണത്രേ പ്രേതങ്ങൾ വെള്ളക്കാല, തീപന്തം ശുഭ്രവസ്ത്രധാരിണി എന്നീ വേഷപകർച്ചകളോടെ അപഥസഞ്ചാരത്തിന് ഇറങ്ങുന്നത് എന്നായിരുന്നു പ്രചാരണങ്ങൾ.

പ്രേതത്തെ കണ്ടുപിടിക്കാൻ ഞാൻ തീരുമാനിച്ച് കന്നി മാസത്തിലെ കറുത്തിരുണ്ട രാത്രിയിലാണ് അങ്ങോട്ട് പോയത്. പോകുന്നതിനിടെ അവിടവിടെ പട്ടികൾ ഓലിയിടുന്നു. കീർ കീർ എന്ന ചീവിടുകളുടെ അരോചകമായ ശബ്ദം. വഴിയിൽ എന്തൊക്കെയോ കാൽക്കീഴിലൂടെ ചാടി ഓടി മറയുന്നു. അത് പെരുച്ചാഴികളായിരിക്കണം. എന്നിൽ ഒരു ഉൾഭയം രൂപപ്പെട്ടു. യുക്തിവാദിക്ക് ഭയമോ! മനസ്സ് മന്ത്രിച്ചു. എങ്കിലും മെല്ലെ മെല്ലെ കരുതലോടെ ഞാൻ കുളത്തിനരികത്തെ കരിമ്പനയ്ക്ക് അരികെ എത്തിയതോടെ ഠേ.. ഠേ.. ചിറകടികൾ. എന്തോ ചില ജീവികൾ പിഥിം... പിഥിം... എന്ന ഒച്ചയോടെ വെള്ളത്തിലേക്ക് ചാടുന്നു. ക്കൈ.. ക്കൈ.. ക്കൈ.. എന്ന ഒച്ചവച്ച് ചിലതും ചാടിക്കൊണ്ടിരുന്നു. ഞാനൊന്ന് പതറി.

കർത്താവേ ഒരു കുരിശോ കൊന്തയോ കയ്യിൽ കരുതാമായിരുന്നു എന്ന് അപ്പോഴാണോർത്തത്. കുരിശും കൊന്തയുമുണ്ടെങ്കിൽ ഒരു ദുരാത്മാക്കളും ഏഴയലക്കത്തു പോലും

വരില്ലായെന്ന് അപ്പനും അമ്മയും പള്ളിയിലെ അച്ചൻമാരും പഠിപ്പിച്ചിരുന്നത് അപ്പോഴാണ് ഓർമ്മ വന്നത്. എന്തായാലും യുക്തി ചിന്തകൻ പേടിക്കരുതല്ലോ എന്ന് ചിന്തിച്ചിട്ട് കുളത്തിനരികിൽ കുളിക്കടവിന്റെ ചവിട്ടുപടിയിലിരുന്ന് ബീഡിക്ക് തീ കൊളുത്തി.

പിന്നീട് യുക്തിപൂർവ്വം ചിന്തിച്ചപ്പോൾ എല്ലാം വ്യക്തമായി. കരിമ്പനയിൽ തൂങ്ങി കിടന്ന വവ്വാലുകൾ ചിറകടിച്ചതും അവ പറന്നകന്നപ്പോൾ പനയിൽ ഉണങ്ങി കിടന്നിരുന്ന കരിമ്പനയുടെ തിരികൾ വെള്ളത്തിലേക്ക് പതിച്ച പിഥിം... പിഥിം... ശബ്ദവുമായിരുന്നു ഞാൻ കേട്ടത് എന്ന് പിടികിട്ടി. ക്കെ... ക്കെ... എന്ന ശബ്ദത്തിനുടമകൾ ഇഞ്ചക്കാട്ടിലിരുന്ന നെല്ലിക്കൊഴികൾ ആളനക്കം കേട്ടതോടെ കുളത്തിലേക്ക് ചാടിയ ഒച്ചയായിരുന്നു എന്നതും ബോധ്യമായി.

യുക്തിവാദി പേടിച്ചു എന്ന് പുറത്തറിഞ്ഞാൽ നാണക്കേടല്ലേ എന്നു കരുതിയാണ് ഞാനിത് ഇത്രയും നാൾ പുറമേ ആരോടും പറയാതിരുന്നതും എഴുതാതിരുന്നതും. നിങ്ങളിതാരോടും പറഞ്ഞേക്കല്ലേ.

# 7. കട അപ്പനും തല മക്കൾക്കും

സംസ്ക്കാരത്തിന്റെയും പരിഷ്ക്കാരത്തിന്റെയും വെളിച്ചം കടന്നുവരാൻ മടിച്ചു നിൽക്കുന്ന ഉൾനാടൻ പ്രദേശം. യുവത്വത്തിലേക്ക് കാലൂന്നിയിരുന്ന സുന്ദരിക്കുട്ടികൾ വരെ രാവിലെ 6 മുതൽ വൈകീട്ട് 7 വരെ പനമ്പിൽ ഇരുന്ന് നിരങ്ങിനിരങ്ങി പേക്കോലങ്ങളായി മാറുകയായിരുന്നു അക്കാലത്ത്. പ്രാരാബ്ധങ്ങൾക്കിടയിൽ ജീവിതം ഹോമിപ്പിക്കപ്പെട്ട പട്ടിണിപ്പേക്കോലങ്ങൾ.

രണ്ടാം ക്ലാസോ മൂന്നാം ക്ലാസോ കഴിഞ്ഞാൽ അവരുടെ പഠനം മാതാപിതാക്കൾ നിർത്തിയിരുന്നു. ചെറുപ്പക്കാരെല്ലാം ചെറിയ ചെറിയ തൊഴിലുകൾക്കായി പുറത്തും പോയി. അത്തരത്തിലുള്ള ഒരു കുടുംബത്തിലെ രണ്ട് വൃദ്ധദമ്പതികൾക്കുണ്ടായ സങ്കടകഥയാണിത്.

ഔസേപ്പ് ചേട്ടനും മറിയാമ്മ ചേടത്തിക്കും രണ്ടാൺമക്കളാണ്. ചെറുപ്പം മുതലേ തങ്ങളുടെ തൊഴിലായ പനമ്പു നെയ്ത്തോ ഈറ്റ കീറലോ പഠിപ്പിക്കാതെ അവർ മക്കളെ താലോലിച്ച് വളർത്തി. പഠനത്തിൽ മോശമായിരുന്ന മക്കൾ ഇടയ്ക്ക് പഠനം നിറുത്തിയിരുന്നു. പ്രായപൂർത്തിയായപ്പോൾ രണ്ടു പേരേയും സാമാന്യം ഭേദപ്പെട്ട കുടുംബങ്ങളിൽ നിന്നു തന്നെ കല്യാണം കഴിപ്പിച്ചു.

മക്കളുടെ ഭാര്യമാർ സാമർത്ഥ്യക്കാരികളും പരിഷ് കാരികളുമായിരുന്നതിനാൽ അണിഞ്ഞൊരുങ്ങിയും വെപ്പും കുടിയുമായി കഴിഞ്ഞിരുന്നതല്ലാതെ തൊഴിലൊന്നും ചെയ്തിരുന്നില്ല. പത്ത് മുപ്പത് സെന്റ് പുരയിടമുള്ളതിൽ തെങ്ങും അടയ്ക്കാമരവും മറ്റും വച്ചു പിടിപ്പിച്ചിരുന്നതിൽ നിന്നുള്ള ആദായം കൊണ്ടാണ് ഔസേപ്പ് ചേട്ടനും രോഗിയായ ഭാര്യയും വീട്ടു ചിലവുകൾ തട്ടിമുട്ടി ഒപ്പിച്ചുപോയിരുന്നത്.

ഇങ്ങനെ മുന്നോട്ടുപോകവേ മരുമക്കളുടെ തലയണ മന്ത്രവും കുബുദ്ധിയും കേട്ട് മടുത്ത മക്കൾ തങ്ങൾക്കും പറമ്പിലെ ആദായത്തിന്റെ അംശാദയം വേണമെന്നുള്ള ശണ്ഠകൂട്ടൽ പതിവാക്കി. അതോടെ വീട്ടിൽ ഒച്ചപാടും ബഹളവും സ്ഥിരം പരിപാടിയായി മാറി. സഹികെട്ട പിതാവ് നാട്ടിൽ കൊള്ളാവുന്ന രണ്ട് മധ്യസ്ഥന്മാരെ വിളിച്ച് തീർപ്പ് ഉണ്ടാക്കാമെന്ന് തീരുമാനിച്ചു. പഞ്ചായത്ത് പ്രസിഡന്റ് ഉൾപ്പെടെയുള്ള മധ്യസ്ഥന്മാർ ഇടപെട്ട് തെങ്ങിന്റെ വരുമാനം മാതാപിതാക്കന്മാർക്ക് എന്ന് വെള്ളക്കടലാസിൽ എഴുതി രണ്ട്

സാക്ഷികളെ കൊണ്ടും ഒപ്പിടുവിച്ചിട്ട് ഔസേപ്പ് ചേട്ടന്റെ കൈയ്യിൽ ഏൽപ്പിച്ചു.

ഒന്ന് രണ്ട് മാസം പിന്നിട്ടു. ഒരു ദിവസം തേങ്ങ ഇടുവിക്കാൻ തെങ്ങുകയറ്റക്കാരനെ വിളിച്ച് കൊണ്ടുവന്ന് ശ്രമിച്ച ഔസേപ്പ് ചേട്ടനെ രണ്ടാൺമക്കളും മരുമക്കളും തടഞ്ഞുകൊണ്ടു പറഞ്ഞു.

"അപ്പൻ തേങ്ങ ഇടീക്കാൻ പറ്റില്ല. അത് ഞങ്ങളൊട്ട് സമ്മതിക്കത്തുമില്ല."

ഔസേപ്പ് ചേട്ടൻ മനോവേദനയോടെ മക്കളോട് ചോദിച്ചു.

"അതെന്താ മക്കളെ തേങ്ങ ഇടീക്കാൻ പറ്റാത്തത്. നമ്മള് മദ്ധ്യസ്ഥന്മാരുടെ അടുത്ത് എഴുതിവെച്ച് നിങ്ങൾ സമ്മതിച്ചതല്ലേ. തെങ്ങിന്റെ ആദായം അപ്പനും അമ്മയ്ക്കും അവകാശപ്പെട്ടതാണെന്ന്. എന്നിട്ടിപ്പോ എന്താണിങ്ങനെ."

"തെങ്ങല്ലേ അപ്പന് പറഞ്ഞ് വെച്ചേക്കുന്നേ, അതപ്പനെടുത്തോ. കട അപ്പനും തല ഞങ്ങൾക്കുമാ". മക്കൾ പറഞ്ഞു.

ആമയും കുരങ്ങും വാഴ പങ്കുവെച്ച കഥയിലേതു പോലായി ഔസേപ്പു ചേട്ടന്റെയും ഭാര്യയുടെയും ഗതി.

# 8. ക്ലാസ്മേറ്റ്സ്

സ്കൂൾ വിദ്യാഭ്യാസ കാലത്ത് പഠനത്തിലും കലാ കായിക മത്സരങ്ങളിലും മികവുകാട്ടി ധാരാളം മെഡൽ നേടിയിരുന്ന ഏറ്റവും അടുത്ത രണ്ട് സുഹൃത്തുക്കളായിരുന്നു പോളും ചാക്കോയും. വികൃതികൾ കാട്ടാനും സൂത്രപ്പണികൾ ഒപ്പിക്കാനും ഇവർ മിടുക്കരായിരുന്നു.

അതിനാൽ അന്ന് സ്കൂളിലും പുറത്തും ഇവർ വികൃതിക്കുട്ടന്മാർ എന്ന കളിപ്പേരിലാണ് അറിയപ്പെട്ടിരുന്നത്. ഹൈസ് കൂൾ വിദ്യാഭ്യാസം പൂർത്തിയാക്കിയ ശേഷം രണ്ടു പേരും വർഷങ്ങളായി കണ്ടുമുട്ടിയിരുന്നില്ല.

അങ്ങനെയിരിക്കെ അവിചാരിതമായി തങ്ങളുടെ ജന്മനാടിന് അടുത്തുള്ള ടൗൺ ബസ് സ്റ്റാന്റിൽ അവർ കണ്ടുമുട്ടി. അതോടെ പോൾ ചാക്കോയോട്

"എടാ ചാക്കോ നമ്മൾ തമ്മിൽ കണ്ടിട്ട് പത്തൻപത് കൊല്ലമെങ്കിലും കഴിഞ്ഞിട്ടുണ്ടാകില്ലേ. നീ ആകെ മാറിയിരിക്കുന്നല്ലോടാ. കണ്ടിട്ട് എനിക്ക് ആദ്യം മനസ്സിലായില്ല. പിന്നെ ആലോചിച്ചപ്പോഴല്ലേ നിന്റെ മുഖം ഓർമ്മ വന്നത്. നീ ഇപ്പോൾ എന്താണ് ചെയ്യുന്നേ. വല്ല സർക്കാർ ജോലിയും കിട്ടിയോടാ"

"ഇല്ലെടാ പോളേ എനിക്ക് അങ്ങകലെ ഒരു കമ്പനിയിലായിരുന്നു ജോലി. ജോലിയൊക്കെ കഴിഞ്ഞ് ഞാൻ പിരിഞ്ഞു. എനിക്ക് രണ്ടാൺമക്കളാ. രണ്ട് പേരും പെണ്ണ് കെട്ടി അമേരിക്കയിലാ താമസം. ഞാനും ഭാര്യയും ഇപ്പോൾ മൂത്തമകനോടൊപ്പമാ. നാലഞ്ച് കൊല്ലം കഴിഞ്ഞ് മകന്റെ കൂടെ നാട്ടിലേക്ക് വന്നിരിക്കയാ. ടൗൺ കണ്ടേക്കാമെന്ന് വച്ച് ഇറങ്ങി തിരിച്ചതാ. അപ്പോഴാ നിന്നെ കണ്ടത്. വാ നമുക്കൊരു ചായ കുടിച്ചിട്ട് അവിടെയിരുന്ന് ഇത്തിരി നേരം വിശേഷങ്ങൾ പറയാം"

രണ്ട് പേരും ചായക്കടയിലെത്തി അടുത്തടുത്ത രണ്ട് കസേരകളിൽ ഇരിപ്പുറപ്പിച്ചു. ചാക്കോ സംഭാഷണം തുടർന്നു.

"നീ രക്ഷപെട്ടോടാ പോളേ നിനക്കു വല്ല ജോലിയും കിട്ടിയോ? എത്ര മക്കളാ നിനക്ക്"

"എനിക്ക് ഒരു ആണും ഒരു പെണ്ണുമാ. പത്തു പതിനഞ്ചു വർഷം മുമ്പ് ഭാര്യ മരിച്ചു. പെണ്ണിനെ കെട്ടിച്ചു വിട്ടു. മകന് ഇസ്രായേയിലാ ജോലി. അതോടെ വീട്ടിൽ  ഞാനൊറ്റയ്ക്കായി ഇങ്ങനെ ആയതോടെ എനിക്ക് അല്പം മാനസികമായ ബുദ്ധിമുട്ടുകൾ അനുഭവപ്പെട്ടു. അതിനിടെ മകൻ നാട്ടിൽ ലീവിന് വന്നപ്പോൾ എന്നെ ബെത്‌ലേഹമിൽ കൊണ്ടുപോയി. അവിടെയാ എനിക്ക് ഇപ്പോൾ ജോലി. ഞാനും ലീവിൽ വന്നിരിക്കണതാ. ബെത്‌ലേഹമിൽ താമസിക്കുന്ന പത്ത് നൂറ് പേർക്ക് ആഹാരം പാകം ചെയ്തു കൊടുക്കലും പാത്രം കഴുകലും മറ്റുമാ എന്റെ ജോലി. ഞാൻ അവിടുത്തെ മെയിൻ കുക്കാ."

"അപ്പോ നിനക്ക് നല്ല ശമ്പളം കിട്ടുമായിരിക്കുമല്ലോ. അങ്ങനെ നീയും രക്ഷപെട്ടു അല്ലേ. മകന് ഇസ്രായേലിൽ ജോലിയായതിനാൽ നിനക്ക് യേശുവിന്റെ ജന്മസ്ഥലമായ ബെത്‌ലേഹവും മറ്റും കാണാൻ ഭാഗ്യമുണ്ടായി അല്ലേ."

"എടാ ചാക്കോ ബെത്‌ലേഹം എന്നു പറഞ്ഞാൽ മാനസിക രോഗമുള്ളവരെയും നാട്ടിൻ പുറങ്ങളിലും ടൗണുകളിലും ആരോരുമില്ലാതെ അലഞ്ഞു തിരിയുന്നവരെയും സംരക്ഷിക്കുന്ന ഒരു അഭയകേന്ദ്രമാണ്. എനിക്ക് ഇടയ്ക്ക് അല്പം മാനസിക ബുദ്ധിമുട്ട് വന്നതോടെ എന്റെ പുന്നാരമോൻ അവിടെ കൊണ്ടുപോയി ആക്കിയിരിക്കുന്നതാ"

എന്റെ കർത്താവേ സംഗതി പുലിവാലായയല്ലോ. ഈ മാനസിക രോഗിക്ക് ഇവിടെ വച്ചെങ്ങാൻ രോഗം മൂർച്ഛിച്ച് കുഴപ്പം വല്ലതും ഉണ്ടാക്കിയാൽ താനും കൂടി കുടുങ്ങില്ലേ. സംഗതി പുലിവാലായാൽ മോന്റെ കൂടെ അമേരിക്കയിൽ പോക്കും മുടങ്ങില്ലേ എന്നാലോചിച്ചുകൊണ്ട്   ചാക്കോ കടക്കാരന് രണ്ട് പേരുടെയും ചായക്കാശു കൊടുത്തിട്ട് അതിവേഗം ബഹുദൂരം  എന്ന മട്ടിൽ

'ശരി നമുക്ക് പിന്നെ കാണാം പോളേ'

എന്നു പറഞ്ഞുകൊണ്ട് പെട്ടെന്ന് സ്റ്റാന്റ് വിട്ടു.

# 9. കുടുക്കു പൈലി

നാട്ടിൻ പുറങ്ങളിൽ സാധാരണയായി കുരുട്ടുബുദ്ധിയും സൂത്രപ്പണികളും പ്രയോഗിക്കുന്ന ചില വിരുതൻ ശങ്കുമാരുണ്ടാകാറുണ്ട്. ഞങ്ങളുടെ നാട്ടിലും അത്തരത്തിൽ ഒരാളുണ്ടായിരുന്നു. കുടുക്കുപൈലി എന്ന പേരിലാണ് ഇയാൾ അറിയപ്പെട്ടിരുന്നത്. എവിടെച്ചെന്ന് എന്തിലിടപെട്ടാലും അവിടെയൊക്കെ എന്തെങ്കിലും കുടുക്കുകൾ ഒപ്പിച്ചിട്ടേ ഇദ്ദേഹം പോരുമായിരുന്നൊള്ളൂ. ഒരു കോറത്തുണിയുടുത്തും ഈരിഴ തോർത്ത് തോളിലിട്ടുമാണ് പുറത്ത് എവിടെയെങ്കിലും കക്ഷി യാത്ര പോയിരുന്നത്.

പല പല തൊഴിലുകളും ചെയ്തിരുന്ന പൈലി ഒരു ദിവസം അടുത്തുള്ള ടൗണിലെ ഒരു കടയിൽ പച്ചക്കറി കടയിൽ എത്തി. കടയോടു ചേർന്ന് മത്തൻ, കുമ്പളങ്ങ, വെണ്ടക്ക, വെള്ളരിക്ക ഇങ്ങനെ പലതും കേടായത് കൂട്ടിയിട്ടിരിക്കുന്നത് പൈലിയുടെ കണ്ണിൽ പെട്ടു. ഒന്നു രണ്ടു കൂട്ടം പച്ചക്കറി വാങ്ങി പൈസ കൊടുത്തശേഷം ടിയാൻ കടക്കാരനോട് ചോദിച്ചു

"മുതലാളീ, ഞാനീ കൂട്ടിയിട്ടിരിക്കുന്നതിൽ നിന്നും കുറച്ച് കേടുവന്ന പച്ചക്കറികൾ എടുത്തോട്ടേ. എനിക്ക് നാലു പെൺമക്കളാണ്. ഒരു ഷെഡ്ഡിലാ കഴിയുന്നേ" എന്ന് വളരെ ദയനീയതയോടെ കരയും മട്ടിൽ അഭിനയിച്ച് നല്ലൊരു നുണ തട്ടിവിട്ടു.

"അത് കേടായിട്ട് മാറ്റിയിട്ടിരിക്കുന്നതാ. തനിക്ക് ആവശ്യമുള്ളത് അതിൽ നിന്നും എടുത്തോ. പക്ഷേ ഒരു കാര്യമുണ്ട്. ആ കൂട്ടിയിട്ടിരിക്കുന്നത് എല്ലാം അങ്ങ് പുറകു വശത്തേക്ക് നീക്കിയിട്ടു തരണം. താനിവിടെ വരുമ്പോഴൊക്കെ അത്യാവശ്യം വേസ്റ്റിൽ നിന്നും എടുത്തോ. എന്നാൽ ചിലതൊക്കെ വിലയ്ക്കും വാങ്ങണമെന്നു മാത്രം".

ഇതു കേട്ടതോടെ പൈലിയുടെ ഉള്ളിൽ ഒരു കുരുട്ടുബുദ്ധി ഉദലെടുത്തു. ഇത് ടൗണിലെവിടെയെങ്കിലും കൊണ്ടുപോയി വിറ്റ് നാലു കാശുണ്ടാക്കാമെന്ന് മനസ്സിൽ കക്ഷി കണക്കു കൂട്ടി. പിറ്റേന്ന് മുതൽ ഈ കടയിൽ വന്ന് ഒന്നോ രണ്ടോ കൂട്ടം നല്ല പച്ചക്കറിയും കൂട്ടത്തിൽ ഉപയോഗമില്ലാത്ത കേടായ പച്ചക്കറിയും എടുത്ത് കേടായ ഭാഗം വെട്ടിക്കളഞ്ഞ് ബാക്കിയുള്ള കഷണങ്ങളും കൂടി ഒരു ചണച്ചാക്കിലാക്കി തലച്ചുമടായി കൊണ്ടുപോകുന്നത് പതിവാക്കി.

ടൗണിലെ ഇടവഴികളിലൂടെ സർക്കാരുദ്യോഗസ്ഥരും, മുതലാളിമാരും, ബ്രാഹ്മണരും മറ്റും താമസിച്ചിരുന്ന പരിസരങ്ങളിൽ സാമ്പാർകൂട്ട് എന്ന പേരിൽ  വേസ്റ്റും നല്ലതുമായ സാധനങ്ങൾ കൂട്ടിക്കലർത്തി കൊണ്ടുനടന്ന് പൈലി പച്ചക്കറി കച്ചവടം തുടങ്ങി.

ഒരു ദിവസം കച്ചവടം കഴിഞ്ഞ് മടങ്ങുന്നതിനിടെ ക്ഷീണമകറ്റാൻ അടഞ്ഞു കിടന്നിരുന്ന ഒരു കടയുടെ തിണ്ണയിലിരുന്ന് പൈലി ബീഡിക്ക് തീ കൊളുത്തി വലിക്കാനാരംഭിച്ചു. പൈലിയുടെ കഷ്ടകാലത്തിന് ഒരു പോലീസുകാരൻ ഇതിലെ കടന്നുവരാനിടയായി. അതോടെ പോലീസുകാരൻ

"ഫാ, റാസ്കൽ പൊതുവഴിയിലിരുന്നാണോടാ പുക വലിക്കുന്നേ. നടക്കടാ സ്റ്റേഷനിലേ" ക്കെന്ന്

പറഞ്ഞ് സ്റ്റേഷനിലേക്ക് നടത്തിച്ചു. അവിടെ ചെന്നപ്പോൾ അഡ്രസ്സും മറ്റു വിവരങ്ങളും ചോദിച്ചറിഞ്ഞ് പോലീസുകാരൻ ഒരു പെറ്റികേസും ഫയൽ ചെയ്തു ടിയാനെ വിട്ടയച്ചു.

പിറ്റേന്ന് പതിവുപോലെ സ്ഥിരമായി പച്ചക്കറി വാങ്ങുന്ന സർക്കാരുദ്യോഗസ്ഥന്റെ വീട്ടിലെത്തി സാമ്പാർക്കൂട്ട് കൊടുത്ത ശേഷം പൈലി

"സാറെ അടുത്തയാഴ്ച രണ്ടുദിവസം പച്ചക്കറി ഉണ്ടാകില്ലാട്ടോ"

"അതെന്താടോ?"

"സാറേ ഇന്നലെ ഞാൻ പച്ചക്കറിവിൽപ്പന കഴിഞ്ഞ് വീട്ടിലേക്ക് തിരിച്ചുപോകുന്നതിനിടെ ക്ഷീണം തോന്നിയപ്പോൾ  വഴിയരികിലിരുന്ന് ഒരു ബീഡി കത്തിച്ച് വലിച്ചു. ഇതു കണ്ടുകൊണ്ട് ഇതിലെ വന്ന ഒരു പോലീസുകാരൻ എന്റെ പേരിൽ പെറ്റികേസ് എടുത്തിരിക്കയാ. കോടതി എന്നെ ശിക്ഷിച്ചാൽ അടയ്ക്കാൻ കയ്യിൽ ഒരു രൂപപോലും മിച്ചമില്ല.  ചിലപ്പോൾ രണ്ടു ദിവസം ജയിലിൽ കിടക്കേണ്ടിയും വരും. സാറെന്നെ എന്തെങ്കിലും തന്ന് സഹായിക്കണം."

"ശരി ഇന്നാ പൈലി. ഇരുപത്തി അഞ്ച് രൂപയുണ്ട്. മറ്റുള്ള വീടുകളിലും ചെന്ന് കാര്യം പറയടോ."

അടുത്തതായി പൈലി ചെന്നത് സ്ഥിരം പച്ചക്കറി കൊടുത്തിരുന്നവനിതാ മജിസ്ട്രേറ്റിന്റെ വീട്ടിലാണ്. മജിസ്ട്രേറ്റിനെ കണ്ടപാടെ സങ്കടത്തോടെ

"രണ്ടു ദിവസം ചിലപ്പോൾ പച്ചക്കറി ഉണ്ടാകില്ലാട്ടോ" എന്നു അറിയിച്ചു.

"എന്തു പറ്റി പൈലി?"

"ഞാൻ വഴിയരികിലിരുന്ന് ബീഡി വലിച്ചു എന്നുപറഞ്ഞ് പോലീസുകാരൻ എന്റെ പേരിൽ കേസെടുത്തിരിക്കയാണ്. സാറ് എന്നെ ശിക്ഷിച്ചാൽ എന്റെ കയ്യിൽ കോടതിയിലടയ്ക്കാൻ കാശില്ല."

"കേസ് ശിക്ഷിക്കതിരിക്കാൻ പറ്റില്ലടോ. ഞാനൊരു കാര്യം ചെയ്യാം. പിഴയായി വിധിക്കുന്ന ഇരുന്നൂറ് രൂപ തരാം ആ പണം കോടതിയിലടച്ചോ."

"ഏമാനേ, ഞാനീ ഉപകാരം ഒരിക്കലും മറക്കില്ല" എന്നു പറഞ്ഞ് ഉള്ളിലൊരു ചിരിയും പാസ്സാക്കിക്കൊണ്ട് കുടുക്ക് അടുത്ത വീട്ടിലേക്ക് യാത്ര തിരിച്ചു.

ഇങ്ങനെ പച്ചക്കറി വിറ്റിരുന്ന വീടുകളിലെല്ലാം ചെന്ന് കരഞ്ഞ് സങ്കടം പറഞ്ഞ് പിരിവ് തുടർന്നു.

വൈകാതെ കേസ് കോടതിയിലെത്തിയപ്പോൾ പൈലി ഹാജരായി. പൈലിയെ ഇരുന്നൂറുരൂപ ശിക്ഷിച്ചു. കോടതി ശിക്ഷിച്ച ഇരുന്നൂറ് രൂപ അടച്ചശേഷം പിരിഞ്ഞു. കിട്ടിയ മൊത്തം തുകയുടെ കണക്കുകൂട്ടിയപ്പോൾ അഞ്ഞൂറ്റി അമ്പത് രൂപ മിച്ചം.

ഈ കഥ നാട്ടിൽ ചായ കുടിക്കുന്നതിനിടെ പൈലി വിളമ്പിയപ്പോഴാണ് കുടുക്കുപൈലിയുടെ കുരുട്ടുവിദ്യ നാട്ടുകാർക്ക് ബോധ്യമായത്. വിദ്യാന്മാർ കമിഴ്ന്നടിച്ചു വീണാലും എഴുന്നേൽക്കുമ്പോൾ കാൽപണം കൊണ്ടേ നിവരൂ എന്ന ചൊല്ല് ചിലപ്പോഴെല്ലാം നമുക്ക് ഇത്തരത്തിലുള്ള സംഭവങ്ങളിൽ നിന്നും മനസ്സിലാക്കാൻ കഴിയും.

# 10. തൂങ്ങിച്ചത്തവന്റെ പ്രേതം

പറയത്തക്ക വരുമാനങ്ങളൊന്നും ഇല്ലാത്ത പ്രാരാബ്ധങ്ങളുള്ള ഒരു ദരിദ്രകുടുംബ ത്തിലെ മൂന്നാമത്തെ മകനായിരുന്നു ജോസ്. പിതാവ് നാട്ടിലെ അറിയപ്പെടുന്ന ഒരു മുതലാളിയുടെ ഡ്രൈവർ. ശമ്പളം കിട്ടുന്നത് മുഴുവൻ മൂപ്പിന്നിന് മദ്യപിക്കാനേ തികഞ്ഞിരുന്നുള്ളൂ. ജോസിന്റെ മൂത്ത രണ്ട് സഹോദരങ്ങൾ കിഴക്കൻ മലയിൽ പോയി ഈറ്റ വെട്ടി നാട്ടിലെത്തിച്ച് പനമ്പ് നെയ്ത് കിട്ടുന്ന വരുമാനം കൊണ്ടാണ് തനിക്ക് താഴെയുള്ള രണ്ട് സഹോദരിമാരുൾപ്പെടെയുള്ളവരുടെ കുടുംബത്തിലെ പട്ടിണി മാറ്റിയിരുന്നത്.

പനമ്പ് നെയ്ത്ത് ഇഷ്ടപ്പെടാതിരുന്ന ജോസ് അടുത്തുള്ള ടൗണിലെ ഹോട്ടലുകളിൽ പോയി പാചകക്കാരന്റെ സഹായിയായും പാത്രം കഴുകിയും കഴിഞ്ഞു കൂടുകയായിരുന്നു അവർ. നല്ല പൊക്കവും അതിനൊത്ത ശരീരവുമുള്ള ചെറുപ്പക്കാരൻ. ഒന്നോ രണ്ടോ മാസത്തിലൊരിക്കലെ അവൻ വീട്ടിൽ വന്നിരുന്നുള്ളൂ. വരുമ്പോൾ ചെറിയൊരു തുക കുടുംബച്ചെലവിനായി അമ്മയെ ഏല്പിച്ചിരുന്നു.

ഇങ്ങനെ ഹോട്ടൽ പണി ചെയ്യുന്നതിനിടെ ഇടയ്ക്കിടെ പണിയില്ലാത്ത ദിവസങ്ങളും ഉണ്ടായിരുന്നു. അപ്പോൾ ജോസ് മാനസികാസ്വാസ്ഥ്യങ്ങൾ പ്രകടിപ്പിക്കയും ചെയ്യും. ജോലി ചെയ്യുന്നിടത്തും വീട്ടിലും ഒച്ചപ്പാടും ബഹളവും ഉണ്ടാക്കുകയും ചെയ്തു പോന്നു.

ആയിടയ്ക്ക് ടൗണിലെ നാലഞ്ച് കടകളിൽ പണി അന്വേഷിച്ചപ്പോൾ ഒരിടത്തും കിട്ടിയില്ല. അതോടെ വീട്ടിലെത്തി ആരോടും മിണ്ടാതെയും പറയാതെയും വിഷാദമൂകനായി രണ്ടുമൂന്നു ദിവസം വീട്ടിൽ തന്നെ കഴിച്ചുകൂട്ടി. വീട്ടിലാരും അവനോട് കാര്യങ്ങൾ തിരക്കാനോ സംസാരിക്കാനോ വിഷമിക്കേണ്ടെന്ന് പറഞ്ഞ് അവനെ ആശ്വസിപ്പിക്കാനോ ആരും തുനിഞ്ഞില്ല.

പണിയില്ലാതെ ഇനി ജീവിച്ചിരുന്നിട്ട് കാര്യമില്ലെന്ന് ജോസിന് തോന്നി. ഒരു ദിവസം വീട്ടുകാർ പുറമെ പോയിരുന്ന സമയം നോക്കി കിണറ്റിൽ നിന്നും വെള്ളം കോരുന്ന പാളേൻ കയറെടുത്ത് തന്റെ കിടപ്പുമുറിയിലെ കഴുക്കോലിന്മേൽ കുടുക്കിട്ട് വൈകീട്ട് നാലു മണിയോടെ തോമസ് തൂങ്ങി മരിച്ചു.

പുറത്ത് പോയിരുന്ന അമ്മയും സഹോദരങ്ങളും വീട്ടിൽ എത്തിയപ്പോൾ പല്ലിറുമ്മി പുറത്തേക്ക് നാക്കു നീട്ടി നാക്ക് കടിച്ചു പിടിച്ച് മുഖം ഒരു വശത്തേക്ക് കോട്ടിപ്പിടിച്ച് കിടക്കുന്ന മകന്റെ ദയനീയമായ കിടപ്പുകണ്ട് അലമുറയിട്ട് കരഞ്ഞ് അമ്മ

'എന്റെ പൊന്നു മോനേ ഞങ്ങളെ തനിച്ചാക്കി ഇട്ടേച്ച് പോയല്ലോടാ. ഞാനിതെങ്ങനെ സഹിക്കും എന്റെ കർത്താവേ എന്നെക്കൂടി അങ്ങോട്ടെടുത്തേക്കണേ' എന്ന് അലറിക്കരഞ്ഞു.

പെങ്ങമ്മാർ 'എന്റെ പൊന്നാങ്ങളെ ഞങ്ങൾക്കിനി ആരുണ്ടെടാ. എന്നാലും നീ ഈ കടുംകൈ ചെയ്തല്ലോടാ പൊന്നാങ്കട്ടെ. ആരാ മോനേ ഇനി ഞങ്ങളെ നോക്കാനുള്ളേ' എന്നൊക്കെ ഹൃദയവേദനയോടെ പൊട്ടിക്കരയുന്നത് കേട്ട് കൂട്ടം കൂടി നിന്നവരും തേങ്ങലടക്കാൻ വയ്യാതെ വായ് പൊത്തി.

അയൽക്കാരും പരിസരവാസികളുമായി എത്തിയിരുന്നവരും ബന്ധുക്കളും ജോസിന്റെ കിടപ്പ് കണ്ട് വിഷാദമൂകരായി തിരിച്ചുപോയിക്കൊണ്ടിരുന്നു. അതിനിടെ ബന്ധുക്കളിൽ ഒന്നു രണ്ടു പേർ അടുത്ത പോലീസ് സ്റ്റേഷനിൽ വിവരമറിയിച്ചു. പോലീസ് സ്ഥലത്തെത്തി. പിറ്റേന്നേ മഹസ്സർ എഴുതുവാൻ കഴിയൂ എന്ന് ബന്ധപ്പെട്ടവരെ അറിയിച്ചശേഷം എസ്.ഐ പുറത്തേക്കിറങ്ങി. പോകുന്നതിനു മുമ്പ് ശവത്തിനു കാവലിരിക്കാൻ ഏല്പിച്ച പോലീസുകാരനോടായി എസ്.ഐ

"എടോ, ശവത്തിന് ഒരു തകരാറും സംഭവിക്കാതെ നോക്കണം. ആരും താഴെയിറക്കി കിടത്താനോ ശരീരത്തിൽ മുറിവേല്പിക്കാനോ മറ്റോ ഇടവരുത്തരുത്. അങ്ങനെയെന്തെങ്കിലും സംഭവിച്ചാൽ തന്റെ തൊപ്പി ഞാൻ തെറിപ്പിക്കും. പറഞ്ഞേക്കാം.

ഇത്രയും ഓർമ്മിപ്പിച്ച ശേഷം സ്ഥലത്തുണ്ടായിരുന്ന തോമസിന്റെ ചില ബന്ധുക്കളോട് കാവലിരിക്കുന്ന പോലീസുകാരന് ആഹാരവും, ധൈര്യം കിട്ടാൻ അല്പം സ്മോളും മറ്റും വാങ്ങിക്കൊടുക്കണമെന്നും നിർദ്ദേശിച്ചിട്ട് അവർ മടങ്ങി.

രാത്രി എട്ടുമണിയായതോടെ വീട്ടുകാർ നല്കിയ ഊണും അവർ നല്കിയ ഒരു കുപ്പി ചാരായത്തിന്റെ പകുതിയും കഴിച്ച ശേഷം ടിയാൻ മൃതദേഹത്തിന്റെ ആറേഴടി അകലത്തിലായി ഒരു ചാരുകസേരയിൽ ഇരുന്ന് പയ്യെ പയ്യെ നിദ്രയിലേക്ക് വഴുതി വീണു. ദുർമരണക്കാരന്റെ ശവത്തിന് കാവലിരുന്നാൽ അവന്റെ പ്രേതം

തങ്ങളിലേക്ക് ആവാഹിച്ചാലോ എന്നു കരുതി ബന്ധുക്കൾ ആരും തന്നെ പോലീസുകാരന് അരികിൽ കൂട്ടിനിരുന്നില്ല. കാവലിരിക്കുന്ന പോലീസുകാരന് ധൈര്യം കിട്ടാൻ ഒന്നുരണ്ടുപേർ വീടിന്റെ മുൻവശത്തെ വരാന്തയിൽ കിടപ്പുറപ്പിച്ചിരുന്നു.

സമയം ഏകദേശം രാത്രി ഒരു മണിയായിക്കാണും. ഏകാന്തതയുടെ നിതാന്ത നിശബ്ദത. ഹോ.. ഞ്.ഹോ..ഞ്.. എന്ന പോലീസുകാരന്റെ നീട്ടിയും കുറുക്കിയുമുള്ള കൂർക്കം വലി മുറിയിലാകെ ഉയർന്നു കൊണ്ടിരുന്നു. അങ്ങകലെ ഒരു കാലൻ കോഴി നീട്ടിനീട്ടി കൂവി ഊൗ॰ൗ॰ം... ഊൗ॰ൗ... എന്ന് ഒരു കൂമൻ, കോഴിക്ക് കൂട്ടിനെന്നവണ്ണം ഒച്ചവച്ചുകൊണ്ടിരുന്നു. മുറ്റത്തെ മരങ്ങളിൽ കാവലിരുന്ന ചീവീടുകൾ കീർർർ.....കീർർ എന്ന് വിട്ടുവിട്ടും തെരുതെരെയും സംഗീതാലാപനം നടത്തിക്കൊണ്ടിരുന്നു. അകലെയെവിടെയോ ഒരു ചവാലിപ്പട്ടിയും ഓാ....ഓാ॰ാ എന്ന് ഉറങ്ങുന്നവരെ പേടിപ്പെടുത്തുന്നതും ഓരിയിട്ടുകൊണ്ടിരുന്നു.

പോലീസുകാരന്റെ കൂർക്കം വലി അടുത്ത മുറിയിൽ ഉറങ്ങുന്നവരിലേക്കും എത്തിയിരുന്നു.

പെട്ടെന്ന് പോത്താം.... എന്ന ഒരു ഭയങ്കര ശബ്ദത്തോടെ ജോസിന്റെ ശവശരീരം താഴേക്ക് പതിച്ചു. ശബ്ദം കേട്ട് ഞെട്ടിയുണർന്ന പോലീസുകാരൻ തന്റെ തൊട്ടരികത്തായി ജഡം കിടക്കുന്നതു കണ്ട് ഞെട്ടിത്തെറിച്ച്

'അയ്യോ ആരെങ്കിലും ഓടി വരണേ. പ്രേതം വരുന്നേ എന്നെ രക്ഷിക്കണേ ഈശ്വരാ' എന്ന് അലറിക്കരഞ്ഞുകൊണ്ട് വീടിനു പുറത്തേക്ക് ഓടി.

വരാന്തയിൽ കിടന്നിരുന്നവർ പോലീസുകാരന്റെ അലറിക്കരച്ചിലും മരണപ്പാച്ചിലും കണ്ട് ഞെട്ടിയുണർന്ന് കാര്യമെന്തെന്നറിയാതെ പോലീസുകാരന്റെ പിന്നാലെ പാഞ്ഞു.

ചത്ത് മരവിച്ച് കിടക്കുന്ന മൃതശരീരത്തിന്റെ ഭാരം മണിക്കൂറുകൾ പിന്നിടുന്നതോടെ ഇരട്ടിയാകുമെന്നും ആ ഭാരം താങ്ങാനാവാതെ കയർപൊട്ടി ശവം താഴെ വീഴുമെന്നും പാവം പോലീസുകാരൻ എങ്ങനെ അറിയാനാണ്.

# 11. ഭീതിദമായ ഒരോർമ്മ

അടിയന്തിരാവസ്ഥയുടെ കാളരാത്രികളിൽ മനസ്സ് മരവിപ്പിക്കുന്ന പോലീസ് മർദ്ദന കഥകൾ പ്രചരിച്ചിരുന്ന 1978-1979 കാലഘട്ടം. നാട്ടിലെ പ്രമാണിയും ജന്മിയും കൂട്ടുമുഴപ്പുമുള്ള മുതലാളി. മുതലാളിയുടെ ശത്രുവും ഒട്ടും മോശക്കാരനുമല്ലാത്ത യുവകോമളൻ. കൂട്ടുമുഴുപ്പും സാമ്പത്തികശേഷിയുമുള്ള ഇവരുടെ വീട്ടുകാർ തമ്മിൽ തമ്മിൽ സ്ഥിരം അടിപിടിയും കേസുകളും പതിവ് പരിപാടികളായിരുന്നു. മുതലാളി തന്റെ ശത്രുവിനെ പോലീസ് കേസുകൾ വഴി ഇല്ലാതാക്കാൻ തുടരെ തുടരെ തന്റെ ശിങ്കിടികൾ വഴി ശ്രമം ആരംഭിച്ചു.

അക്കാലത്ത് നാട്ടിൽ കൂറെ ചെറുപ്പക്കാർ പണം വച്ചും നേരംപോക്കിനും വേണ്ടി ചീട്ടുകളിയിൽ ഏർപ്പെട്ടിരുന്നു. നോട്ടുകെട്ടുകൾ കളത്തിൽ വലിച്ചെറിഞ്ഞ് ചീട്ടു കശക്കി വെട്ടിമലത്ത് എന്ന പേരിൽ അറിയപ്പെട്ടിരുന്ന ചൂതാട്ടം നാട്ടിലും നഗരങ്ങളിലും അരങ്ങേറിയിരുന്ന കാലം ആയിരുന്നത്. ഗ്രാമപ്രദേശങ്ങളിലെ ആൾത്താമസമില്ലാത്ത പറമ്പുകളിലും പെരിയാറിന്റെ ഒറ്റം മുതൽ മറ്റേ അറ്റം വരെ നീണ്ടു പരന്നു കിടന്നിരുന്ന മണൽപുറങ്ങളുടെ നടുവിലുമായിരുന്നു ഇതരങ്ങേറിയിരുന്നത്.

പുതുപ്പണക്കാരും ചെറിയ കച്ചവടക്കാരും ചെറുപ്പക്കാരും എളുപ്പത്തിൽ പണം സമ്പാദിക്കുവാൻ ചീട്ടുകളിയെ ആശ്രയിച്ചിരുന്നു. പോലീസെത്തിയാൽ നാലുപാടും ഓടി പുഴയിൽ ചാടി രക്ഷപ്പെടുവാനുള്ള ഉദ്ദേശമായിരുന്നു ഇതിനു പിന്നിൽ. പകൽ പറമ്പുകളുടെ ആളൊഴിഞ്ഞ മൂലകളിലായിരുന്നു കളി അരങ്ങേറിയിരുന്നത്. പോലീസോ നാട്ടുപ്രമാണിമാരോ വന്നാൽ കളിക്കാരെ അപകട വിവരം അറിയിക്കാൻ പടക്കം പൊട്ടിച്ചും വിസിലടിച്ചും മറ്റും പണം കൊടുത്ത് ഏല്പിച്ചിരുന്ന വാട്ടക്കാർ എന്ന് പേരിലറിയപ്പെട്ടിരുന്നവരെ ചുറ്റുവട്ടത്തൊക്കെ കളിക്കാർ ഏർപ്പാടാക്കുകയായിരുന്നു പതിവ്.

അന്നൊരു ഞായറാഴ്ച രാവിലെ തൊട്ടടുത്ത പള്ളിയിൽ ആദ്യത്തെ കുർബ്ബാന കണ്ട് ആളുകൾ ജംഗഷനിലൂടെ പിരിഞ്ഞ് പോയിരുന്ന സമയം. രണ്ടാമത്തെ കുർബ്ബാനയ്ക്കുള്ള പള്ളിയിലെ ഒന്നാംമണി ണ്ടി..ണ്ടാം..ണ്ടി..ണ്ടാ꞉꞉꞉ഒ꞉ഠ꞉꞉ഒ꞉꞉ഠ... എന്ന താളാത്മകമായ ശബ്ദം മുഴങ്ങിക്കൊണ്ടിരിക്കുന്നു പത്തുമിനിറ്റുകഴിഞ്ഞ് വീണ്ടും മൂന്നാംമണി അടിക്കാനാരംഭിച്ചു. നാലഞ്ചു മൈലകലെ വരെ കേൾക്കാവുന്ന

ഓട്ടുമണിയുടെ അവസാന ശ്വാസംവലി ശബ്ദം നിലച്ചെന്ന് തോന്നിയപ്പോൾ മെയിൻ റോഡിലേക്ക് പ്രവേശിക്കാവുന്ന പള്ളിയുടെ തൊട്ടടുത്ത ഒരു ഇടവഴിയിലൂടെ മദ്ധ്യത്തിലായി കുറെ ചീട്ടുകളിക്കാർ ഒത്തുകൂടി.

കുർബ്ബാന കാണാൻ അതുവഴി കടന്നുപോകാനിടവന്ന തനിക്ക് ആൾക്കൂട്ടം കണ്ടപ്പോൾ എന്താണതെന്നറിയാൻ ആകാംക്ഷയായി. ഞാനവിടേക്കു പയ്യെപ്പയ്യെ നടന്നു. വഴിയുടെ ഒരുകില്ല് ആൾക്കൂട്ടത്തിന് നടുവിലായി ഒരു തോർത്തുവിരിച്ചിരിക്കുന്നു. അതിൽ ധാരാളം നൂറിന്റെയും അൻപതിന്റെയും മറ്റും പലാപലായുള്ള പുത്തൻ നോട്ടുകൾ അവിടവിടെ കളിക്കാർ വലിച്ചെറിയുന്ന കാഴ്ച ആറോ ഏഴോ പേരാണ് വട്ടത്തിൽ ചുറ്റുമിരിക്കുന്നത്.

മറ്റുചിലർ അവരിരിക്കുന്നതിന്റെ വിടവിൽ പുറകിൽ കൂടി കൂനിഞ്ഞ് താഴുകയും ഇടക്കിടെ നോട്ട് കളത്തിലിട്ടശേഷം താറാവുകൾ വെള്ളത്തിൽ മുങ്ങുകയും പൊങ്ങുകയും ചെയ്യുന്നതുപോലെ നിവരുകയും ചെയ്തുകൊണ്ടിരിക്കുന്നു. ഒരാൾ ചീട്ടു കശക്കി കളത്തിൽ വിരിച്ചിരിക്കുന്ന കടലാസിൽ വയ്ക്കുമ്പോൾ തൊട്ടരികത്തിരിക്കുന്നയാൾ അതിൽ കുറച്ച് ഭാഗം പകുത്ത് മാറ്റി എടുത്ത് ആസ്, ഗുലാൻ, പത്ത്, അഞ്ച് എന്നൊക്കെ പറഞ്ഞ് പണം കളത്തിൽ ഇടുന്നു. പുറമെ നില്ക്കുന്നവരിൽ ചിലർ കശക്കുന്നയാളുടെ പക്ഷത്താണെങ്കിൽ അഞ്ഞൂറ് അകത്തെന്നും പറഞ്ഞ് കാശെറിയുന്നു. മറിച്ച് മറുപക്ഷത്താണെങ്കിൽ അഞ്ഞൂറ് പുറത്തെന്ന് പറഞ്ഞ് നോട്ട് കളത്തിൽ ഇടുന്നു. പിന്നെ പകുത്തെടുക്കുന്ന ചീട്ടിന്റെ മുകൾ ഭാഗത്തെ ചീട്ട് പകുത്ത ആളുടെ പക്കലേക്കും കശക്കിയ ആൾ അതിനു താഴെയുള്ള ചീട്ട് തന്റെ പക്കലേക്കും മുകളിൽനിന്നും ക്രമമായി ഓരോന്ന് വലിച്ചിടുന്ന കളി. ചീട്ട് വെട്ടിയ ആളുടെ അടുത്ത് അയാൾ പറഞ്ഞ ചീട്ട് വീണാൽ അയാൾക്കും മറിച്ചാണെങ്കിൽ ചീട്ട് കയ്യിലിരിക്കുന്നയാൾക്കും കൈനിറയെ പണം കിട്ടുന്ന ചൂതാട്ടം. കുർബ്ബാനയ്ക്കുള്ള സമയമായിക്കൊണ്ടിരിക്കയാണ്. ഇവിടെ നില്ക്കുന്നതാപത്താണെന്ന് മനസ്സ് മന്ത്രിച്ചു. പോരെങ്കിൽ പണം വെച്ചുള്ള കളിയല്ലേ. പോലീസ് വന്നാൽ പുലിവാലാകും.

മെയിൻ റോഡിലേക്ക് പോയേക്കാമെന്നുവച്ച് മെല്ലെ മുന്നോട്ട് നടന്നു നീങ്ങി. തൊട്ടുത്ത പറമ്പിൽ കാക്കി നിക്കറും വെള്ള ബനിയനുമിട്ട ചിലർ ഒറ്റപ്പെട്ട് അങ്ങോട്ടുമിങ്ങോട്ടും മാറുന്നു. അവിടെ സാധാരണ കാണപ്പെടാത്ത അപരിചിതരായ ആളുകൾ മാറുന്നുണ്ടല്ലോ എന്ന് ആരോ ഉച്ചത്തിൽ പറയുന്നത് കേട്ടു. കളിക്കാരത് ശ്രദ്ധിച്ചില്ലെന്ന് തോന്നുന്നു.

ഒട്ടും വൈകിയില്ല

"പോലീസ് വരുന്നേ ഓടിക്കോ പോലീസ്"

ആരോ ഉച്ചത്തിൽ പേടിച്ചരണ്ട് ഒച്ചവച്ചോടുന്നു. കാഴ്ചക്കാരുൾപ്പെടെ പലരും ജീവനുംകൊണ്ട് നാലുപാടും ചിതറിയോടി. ചിലർ തൊട്ടടുത്ത് ഒരാൾ പൊക്കത്തിലുള്ള മതിൽ വട്ടംചാടി. ഇടവഴിയിൽ ആരേയും കാണാത്ത സ്ഥലത്ത് കൂടി താനും ഓടി. പെട്ടെന്ന് ഒരു പ്ലാവിന്റെ മറവിൽ മറഞ്ഞു നിന്നിരുന്ന കാക്കിധാരി രണ്ടുകയ്യും വട്ടത്തിൽ കൂട്ടി തന്നെ പിടുത്തമിട്ടു. പേടിച്ചരണ്ട്

"സാറെ ഞാൻ പള്ളിയിൽ കുർബ്ബാനയ്ക്ക് പോകാൻ ഇതിലൂടെ വന്നതാ. പൊന്നു സാറെ എന്നെ വിട്" എന്ന് കരഞ്ഞപേക്ഷിച്ചു.

കാക്കി മിണ്ടാതെ ക്രൂദ്ധനായി തനിക്ക് നേരെ രൂക്ഷമായ ദഹിപ്പിക്കുന്ന ഒരു നോട്ടം. അയാൾ തന്റെ ഇടതുകയ്യുടെ മസ്സിലുള്ള ഭാഗത്ത് ബലമായി പിടിച്ച് മെയിൻ റോഡിലേക്ക് വലിച്ചുകൊണ്ടു നടത്തി. അയാളുടെ ഉരുക്കിന്റെ കരുത്തുള്ള പിടുത്തംമൂലം കയ്യുടെ അസ്ഥി ഞെരിയുന്നതുപോലെ തോന്നി.

ഇതിനിടെ റോഡരുകിൽ കാഴ്ചക്കാരനായി നിന്നിരുന്ന പന്ത്രണ്ട് വയസ്സോളം പ്രായമുള്ള ഒരു പയ്യൻ ആളുകളോടുന്നതു കണ്ട് കാര്യം എന്തെന്നറിയാതെ ഭയപ്പെട്ട് റോഡ് വട്ടം മുറിച്ച് ജംഗ്ഷനിലെ ഒരു വീട്ടിലേക്ക് ഓടിക്കയറി. പിന്നാലെ രണ്ട് കാക്കി ധാരികളും വീടിനകത്ത് ഓടി കയറി. പയ്യനെ പിടികിട്ടി. അവിടെ ഇട്ട് ഇടിച്ചും ചവിട്ടിയും മറ്റും ഇഞ്ചനാർപോലെ സാറന്മാർ മൃതപ്രായനാക്കി.

വീടിനകത്തുനിന്നും സ്ത്രീകളും കുഞ്ഞുകുട്ടികളും

"അയ്യോ ആരെങ്കിലും ഓടിവരണേ"

എന്ന് ഉച്ചത്തിൽ നിലവിളിച്ചുകൊണ്ട് പുറത്തേക്കോടി. വൈകാതെ പയ്യനെ പിടിച്ചുവലിച്ച് കളിക്കാരെ നിറുത്തുയിരിക്കുന്നതിന്റെ അരികെ എത്തിച്ചു.

"അയ്യോ അമ്മേ എന്നെ കൊല്ലുന്നേ" എന്ന ദയനീയമായ ഒച്ച വീടനകത്തുനിന്നും ഉയർന്നുകൊണ്ടിരുന്നു. കയ്യിൽ കിട്ടിയ കളിക്കാരെ പശുക്കളുടെ പിന്നാലെ കിടാവിനെ നടത്തിച്ചുകൊണ്ടുപോകുന്ന പോലെ പോലീസ് ഇടിച്ചും, അടിച്ചും റോഡിലേക്ക് നടത്തി.

വീണ്ടും നടക്കുന്നതിനിടെ പുറത്തും നെഞ്ചിലും ഓരോന്നു കൊടുത്തു കൊണ്ട് പോലീസ് ജീപ്പ് കിടന്നിടത്തേക്ക് ആനയിച്ചു. കുർബ്ബാനയ്ക്ക് പള്ളിയിലേക്ക് പോയിരുന്ന പലരും കരളലിയിക്കുന്ന ഈ ദയനീയ രംഗം കണ്ട് തങ്ങളേയും പ്രതികളാക്കിയാലോ എന്ന് ഭയപ്പെട്ട് പ്രതികരിച്ചില്ല. സ്ത്രീകളും കുട്ടികളും വാവിട്ട് കരഞ്ഞുകൊണ്ട് ഈ കാഴ്ച കാണാനാവാതെ അവിടവിടെ ഒളിച്ചുനിന്നു. അതായിരുന്നല്ലോ അടിയന്തിരാവസ്ഥക്കാലം. ജീപ്പിനരികിലെത്തിയ പാടെ ജയിലിനകത്തേക്ക് കയറ്റുന്ന ജയിൽ പുള്ളികൾക്കു അകത്തേക്കു കയറ്റുന്നതിനിടെ പാരമ്പര്യമായി നൽകിക്കൊണ്ടിരിക്കുന്ന നടയടിക്ക് തുല്യമായ പടക്കം പൊട്ടുന്ന സൗണ്ടിലുള്ള അടി നൽകിയാണ് ഓരോരുത്തരേയും അകത്തേക്കുന്തി കയറ്റിയത്. ഏറ്റവും അവസാനക്കാരനായ തന്റെ ഊഴം വന്നപ്പോൾ കണ്ടാൽ പേടിപ്പെടുത്തുന്ന ബഡാമീശയും കടും ചുവപ്പു നിറത്തോടുകൂടിയ ചോര കണ്ണുകളുമുള്ള എസ്.ഐ പറഞ്ഞു.

"കേറടാ ചട്ടാ അകത്ത്. അതോ ഇനി ഞാൻ കയറ്റണോടാ"

"പൊന്നു സാറെ ഞാൻ കയറിക്കൊള്ളാം"

പേടിച്ചരണ്ട താൻ വയ്യാത്ത കാലെടുത്ത് വച്ച് അകത്തു കയറി.

പിന്നെ ഓരോരുത്തരെയായി കന്നുകാലികളെ കുത്തിനിറച്ച വണ്ടിയിലേക്കെന്നെ പോലെ കുത്തിനിറച്ച് കയറ്റി. മുകളിലെ കമ്പികളിൽ പിടിച്ച് സാറന്മാർ സീറ്റിലിരുന്നു. പശുക്കളെ കറക്കുമ്പോൾ അവ ചിലപ്പോൾ കാലിന് ചവിട്ടുന്നതുപോലെ ഇടക്കെങ്ങാൻ സാറന്മാരുടെ കലി തീർക്കുന്ന ചവിട്ടു കിട്ടയാലോ എന്നു ഭയന്ന് എല്ലാവരും അട്ടയെപ്പോലെ ചുരുണ്ടുകൂടി. എന്തായാലും വണ്ടിയിൽ ചവിട്ടു നടകങ്ങളൊന്നും അരങ്ങേറിയില്ല.

അങ്ങനെ ഞങ്ങളുടെ തീർത്ഥാടനവണ്ടി സ്റ്റേഷൻ മുറ്റത്തെത്തി. അവിടെ ഞങ്ങളെ ആനയിച്ച് കൈകാര്യം ചെയ്യാൻ കാളക്കൂറ്റന്മാരെപ്പോലെയുള്ള സാറന്മാർ കാത്ത് നില്ലുണ്ടായിരുന്നു. എലി പുല്ലിൻ കുല കണ്ടപോലെയുള്ള സന്തോഷം തങ്ങളെ കണ്ടപാടെ അവരുടെ മുഖകമലങ്ങളിൽ കളിയാടി. അകത്തു കടന്നയുടനെ ഓരോരുത്തർക്കും ചടാ പടാ അടികളോടെയും ഇടികളോടെയുമുള്ള വിഭവ സമൃദ്ധമായ മർദ്ദന സദ്യ വിളമ്പി അവർ തുടക്കമിട്ടു. ഈ പൂരവെടിക്കെട്ടിന്റെ മണവും പുകയും കെട്ടടങ്ങിയതോടെ ഡ്രസ്സൊക്കെ അഴിപ്പിച്ച് എടുത്ത് പോക്കറ്റൊക്കെ തപ്പി അതിലുണ്ടായിരുന്നതൊക്കെ കൈക്കലാക്കിയതിനുശേഷം ലോക്കപ്പിനരികിലേക്ക് ആനയിച്ചു.

വാതിലിനരികത്തുവച്ച് സ്പെഷ്യൽ അടിയുടെ, ഇടിയുടെ, ഭേദ്യങ്ങൾ ഏറ്റവരുടെ ദീനരോദനങ്ങൾ ആകാശത്തെ ഇടിമുഴക്കങ്ങൾ എന്നവണ്ണം അമ്മേ അയ്യോ, കൊല്ലുന്നേ എന്നൊക്കെയുള്ള അലമുറകൾ സ്റ്റേഷൻ കോമ്പൗണ്ടിലാകെ മുഴങ്ങി. അവസാനം എല്ലാം കെട്ടടങ്ങി. ഒരു മഴ പെയ്തൊഴിഞ്ഞ പ്രതീതി. എല്ലാവരിൽ നിന്നും ഞെരക്കങ്ങളും തേങ്ങലുകളും വിങ്ങിപ്പൊട്ടലുകളും ഉയർന്നുകൊണ്ടിരുന്നു. ഒരു ശ്മശാന മൂകത അവിടമാകെ തളം കെട്ടിനിന്നു.

അടുത്ത പടി മധുവിധു രാത്രിയിൽ പുതുമണവാളനേയും മണവാട്ടിയേയും അവർക്കൊരുക്കിയിരിക്കുന്ന മണിയറയിലേക്ക് ബന്ധുക്കൾ തള്ളി വിടുന്നതുപോലെയുള്ള അത്യുഗ്രൻ ഇടികൾ നൽകി ലോക്കപ്പിനകത്തേക്ക് ഓരോരുത്തരെയായി തള്ളി. അതിനിടെ കൂട്ടത്തിൽ ആരോഗ്യമുള്ള തടിച്ച ചെറുപ്പക്കാരനായ ഒരുത്തൻ പുറത്ത് ഇടി വീഴുന്നതിന് മുമ്പ് അകത്തേക്ക് ഓടി നീങ്ങി. ദേഷ്യം വന്ന ചോരകണ്ണുകളുള്ള ഇടിവീരൻ എന്ന് ഒറ്റ നോട്ടത്തിൽ തോന്നിക്കുന്ന ഒരു സാറ്

"എടടാ നീ നല്ല ഓട്ടക്കാരനാണല്ലേ. ഇവിടെ വാടാ"

എന്ന് ആക്രോശിച്ച് അവനെ തിരിച്ചു വിളിച്ചു. പാവം തിരിച്ചു വന്ന ഉടനെ കൂടം കൊണ്ടിടിക്കുന്നതുപോലെയുള്ള ഒരു കൂറ്റനിടി വേണ്ടപ്പെട്ട സ്ഥാനത്ത് കൊടുത്തിട്ടു 'ഉം' എന്നു ഒന്നു ഇരുത്തിമൂളിയശേഷം

"ഇനി പൊയ്ക്കോടാ"

എന്നൊരു ഇരുത്തലോടെയുള്ള ഓർഡറും. അതായത് ഇതോടെ നിന്റെ പരലോകയാത്രയാണെന്ന് ഓർമ്മിപ്പിക്കുന്ന ഇരുത്തൽ. ഇതെല്ലാം കണ്ട് സ്തംഭിച്ച് നിന്നിരുന്ന തന്നെ നോക്കി എസ്.ഐ പറഞ്ഞു.

"കേറടാ ചട്ടാ അകത്ത്"

പേടിച്ചരണ്ട് ഞാൻ അകത്തു കയറി. പോലീസിന്റെ തല്ലുകിട്ടാതിരുന്നതിന് നന്ദിയാരോടു ഞാൻ ചൊല്ലേണ്ടു എന്ന ഗാനം അന്ന് നിലവിലുണ്ടായിരുന്നെങ്കിൽ താൻ ഇങ്ങനെ പാടിയേനെ.

"നന്ദിയാരോടു ഞാൻ ചൊല്ലേണ്ടു സ്റ്റേഷനിൽ

എന്നെ തല്ലാതിരുന്ന എസ്.ഐ യോടൊ

പിന്നെയതിൽ പാതിയായ പോലീസിനോടോ"

നന്ദിയാരോടു. . . .. . ...

കാര്യങ്ങൾ ഇങ്ങനെ രസാവഹമായി നീങ്ങുന്നതിനിടെ ഞങ്ങളെ
ഇട്ടിരിക്കുന്ന ലോക്കപ്പിനെതിർവശത്തേക്ക് ഞാനൊന്നു
കണ്ണോടിച്ചപ്പോൾ അവിടെ ഞങ്ങളുടെ തലയ്ക്ക് മുകളിൽ രണ്ടാൾ
ഉയരത്തിൽ യേശുവിനെ ക്രൂശിലേറ്റിയിരുന്നപോലെ ഏറിയാൽ
പതിനഞ്ചു വയസ്സു പ്രായം തോന്നുന്ന ഒരു പയ്യൻ ലോക്കപ്പിന്റെ
അഴികളിൽ ചവിട്ടി രണ്ടു കൈകളും ഒരാൾ ഉയരത്തിൽ കമ്പികളിൽ
പിടിച്ച് ഇപ്പോ താഴെ വീഴും എന്ന മട്ടിൽ കൈകാലുകൾ വിറച്ച് വിറച്ച്
നിൽക്കുന്നു. എന്റെ തോന്നലാണോ എന്നറിയാൻ ഞാൻ കൂട്ടുകാരെ
പയ്യനെ ചൂണ്ടി കാട്ടി കൊടുത്തിട്ട് അത് ശരിയാണെന്ന്
ഉറപ്പുവരുത്തുന്നതിനിടെ ഒരു പോലീസുകാരൻ കടന്നുവന്ന്  ലോക്കപ്പിന്
മുകളിൽ നിൽക്കുന്നവനോട്:

"ഫ പട്ടി.. . . . . . . . . മോനെ, നീ ഞങ്ങടെ ദൈവം തമ്പുരാനാണോടാ.
ഞങ്ങളെ ഭരിക്കാൻ നീ തലയ്ക്കു മുകളിൽ കയറി നില്കുന്നോ.
ഇറങ്ങടാ താഴെ. . . . .മോനെ.

പാവം പയ്യെപ്പയ്യെ വിറച്ച് വിറച്ച് താഴെ ഇറങ്ങി വന്ന് അവശതയോടെ
പറഞ്ഞു.

"സാറെ ഞാൻ മുള്ളുന്നതും തുപ്പുന്നതും ഒക്കെ ചോരയാ സാറെ".

"ഫ  കഴുവേറി. . . . . . . മിണ്ടല്ലേടാ"

      അവൻ പിന്നീട് മിണ്ടാതെ പൂച്ചയെ കണ്ട് പേടിച്ചരണ്ട
എലിയെപ്പോലെ ഒരു മൂലയിൽ തീരെ അവശനായി ചെന്ന് പതുങ്ങി
ചുരുണ്ടുകൂടി ഇരുന്നു. ആ പോലീസുകാരൻ

തിരിച്ചു പോയി രണ്ടു മിനിറ്റ് കഴിഞ്ഞപ്പോഴേക്കും അടുത്തയാൾ  കടന്നു
വന്നു. താഴെ ഒരു മൂലയിലിരിക്കുന്ന പയ്യനെ കണ്ടയുടനെ
ചീറ്റപ്പുലിയുടെ ശൗര്യത്തോടെ അദ്ദേഹം ലോക്കപ്പിനരികിലേക്ക്
നീങ്ങിയിട്ട്

എടാ. . . . മോനെ നിന്നോടാരു പറഞ്ഞെടാ താഴെയിറങ്ങാൻ. കേറടാ. .
. .മോനെ മുകളില്

'എന്റെ  പൊന്നുസാറെ ഞാൻ മരിക്കാറായി. എനിക്ക് വയ്യാ സാറേ. .
.ശരീരം വിറയ്ക്കാണ്

"ഞാൻ അകത്ത് കടന്നു വരണോ അതോ നീ കയറോ"

അയ്യോ . . . വേണ്ടാസാറെ ഞാൻ കയറിക്കൊള്ളാം സാ ⊙ ⊙ . . . റേ
എന്നു നീട്ടി കരഞ്ഞു പറഞ്ഞു.

"എന്റെ അമ്മേ കർത്താവീശോ താൻ ഇതിൽനിന്നും തല്ലൊന്നും
കിട്ടാതെ പുറത്തു കടന്നു കിട്ടയാല് കാഞ്ഞൂർ പുണ്യാളന് അമ്പും മുടീം
ചാർത്തി ഒരു പാട്ടുകുർബ്ബാന ചൊല്ലിച്ചോളാം പുണ്യാളോ എന്ന്
നേർന്നു."

ലോക്കപ്പിലാകെ ശ്മശാന മൂകത.  കഠിനമായ ശാരീരിക വേദന
ഓരോരുത്തരുടെയും ഞരമ്പുകളിലാകെ തിങ്ങിനിറഞ്ഞ ഭാവം, ആരും
തമ്മിൽ തമ്മിൽ ഒന്നും ഉരിയാടുന്നില്ല. എല്ലാവരും തുല്യ ദുഃഖിതർ.
രാവിലെ പത്തുമണിക്ക് ഈ പറുദീസയിൽ എത്തിയിട്ട് ഒരു ചായപോലും
ആരും കഴിച്ചിട്ടില്ലാ. ജാമ്യം എടുക്കാൻ ആരെങ്കിലുമൊക്കെ ബന്ധുക്കൾ
വരും എന്ന പ്രത്യാശയുടെ കിരണങ്ങൾ പടിഞ്ഞാറൻ ചക്രവാളത്തിൽ
എരിഞ്ഞമരുന്ന സൂര്യനൊപ്പം അസ്തമിക്കുകയാണ്.  സമയം വൈകിട്ട്
ആറരയാകാറായിരിക്കുന്നു. സെല്ലിൽ ഇരുട്ട് ആരും ക്ഷണിക്കാത്ത
അതിഥിയായി ഞങ്ങൾക്ക് കൂട്ടായി കടന്നുവരാൻ ആരംഭിച്ചിരിക്കുന്നു.
പുറത്ത് കൂട്ടം കൂട്ടമായി കാക്കകൾ  കാ ⊙ ⊙. . . കാ ⊙ ⊙. . . എന്ന്
കൂടണയാൻ പറന്നകലുന്ന ഒച്ച അകലെയെന്നവണ്ണം കേൾക്കാം.

ലോക്കപ്പിനരികിലേക്ക് അതേവരെ കാണാതിരുന്ന പുതിയ
ഡ്യൂട്ടിക്കാരൻ പോലീസ് കടന്നു വന്നു.  അദ്ദേഹത്തിന്റെ നോട്ടം
സാവധാനം ഞങ്ങളിലേക്ക് പതിച്ചു. പിന്നീടദ്ദേഹം ശാന്തസ്വരത്തിൽ
ചോദിച്ചു.

'ഉം എന്തുപറ്റി നിങ്ങൾ ആറെഴുപേരുണ്ടുല്ലോ, അടിപിടിക്കേസോ
അതിർത്തിതർക്കമോ മറ്റോ ആണോ'?

'അല്ല സാർ. 'ഞങ്ങളെ ചീട്ടുകളി പരിസരത്തുനിന്നു പിടിച്ചതാ. ഞങ്ങൾ
നിരപരാധികളാ സാറെ'

"നിങ്ങളെ രാവിലെ കൊണ്ടുവന്നതായിരിക്കുമല്ലേ?"

"അതേ സാർ"

'അപ്പോൾ ആഹാരമൊന്നും കിട്ടിക്കാണില്ലല്ലോ നല്ല അടിയും, ഇടിയും ഒഴികെ. ആരുടെയെങ്കിലും കയ്യിൽ പൈസ വല്ലതുമുണ്ടോ?'
"ഉണ്ടായിരുന്നതൊക്കെ സാറന്മാർ തപ്പിയെടുത്തു സാറെ"

"നിങ്ങളുടെ ബന്ധുക്കളാരും ജാമ്യമെടുക്കാൻ വന്നില്ലേ?

"ഇല്ല

 'ശരി ഞാൻ നോക്കട്ടെ, എന്റെ വക ഞാനൊരോ ചായ നിങ്ങൾക്കു വാങ്ങിത്തരാം'.

"നിങ്ങൾ പണം വച്ചുള്ള ചീട്ടുകളിക്കൊക്കെ പോകുന്നതെന്തിനാ. അത് കുടുംബം പട്ടിണിയാക്കുന്ന കളിയല്ലേ. ശാപം കിട്ടുന്ന കളി. ഇവിടുന്ന പുറത്ത് കടന്നാൽ അതൊക്കെ വേണ്ടാന്ന് വയ്ക്ക്. അതല്ലേ നല്ലത്. നിങ്ങളെയൊക്കെ നന്നായി തല്ലിയല്ലേ? നിങ്ങൾ മേലിൽ പണം വച്ചുള്ള കളി ആവർത്തിക്കാതിരുന്നാൽ മതി മക്കളെ"

അദ്ദേഹത്തിന്റെ സ്നേഹത്തോടെയുള്ള പെരുമാറ്റം ഞങ്ങൾക്ക് ചൂട് നിറഞ്ഞ ലോക്കപ്പിൽ ഒരു കുളിർ കാറ്റിന്റെ സുഖമേകി. ഇത് കഴിഞ്ഞയുടൻ പോലീസുകാരൻ അടുത്ത സെല്ലിലേക്ക് കണ്ണോടിച്ചു. മുകളിൽ കമ്പിയിൽ പിടിച്ച് വിറച്ച് വിറച്ച് ഇപ്പം നിലം പതിക്കും എന്ന മട്ടിൽ ഒരു മെല്ലിച്ച പയ്യൻ നിൽക്കുന്നു.

'എന്താ മോനെ മുകളിൽ കയറി നിൽക്കുന്നേ ? താഴെയിറങ്ങി വാ കൊച്ചേ'

വീണ്ടും ഇടി കിട്ടുമെന്ന് പേടിച്ചെരണ്ട് സാവധാനം പയ്യൻ താഴെ ഇറങ്ങി വന്നു.

"നീ എന്തിനാ മുകളിൽ കയറി നിന്നേട കൊച്ചേ"

'സാറന്മാര് പറഞ്ഞിട്ടാ. ഒരു സാറ് മുകളിൽ കയറാൻ പറഞ്ഞ് പോയികഴിയുമ്പോ  അടുത്ത സാറ് വരും. എന്നിട്ട് ആരെടാ നിന്നോട് താഴെയിറങ്ങാൻ പറഞ്ഞത്. . . . 'മോനെ' എന്ന് പറഞ്ഞ് ഇടിക്കും.

"എന്താ നിനക്ക് തൊണ്ട ഇടർച്ചേം വെറേം ഒക്കെ"

'എന്നെ എല്ലാരുംകൂടി ചതച്ചരച്ച് ചങ്കുകലക്കി. ഞാനിനി ജീവിച്ചിരുന്നിട്ട് കാര്യമില്ല. മുള്ളണതും തുപ്പണതും ചോരയാ. പുറത്തുകടന്നാൽ ഞാൻ ആത്മഹത്യ ചെയ്യും.

"വേണ്ട കുഞ്ഞെ അതൊന്നും വേണ്ട"

"ആട്ടെ എവിടെയാ നിന്റെ വീട്?"

"ഇവിടെ അടുത്ത് ഒക്കലിലാ"

"വീട്ടിൽ ആരൊക്കെയുണ്ട്?"

"അച്ഛനും അമ്മയും രണ്ടനിയന്മാരും"

"നീ എന്ത് കുറ്റമാടാ ചെയ്തേ?"

ബസ്സീന്ന് പോക്കറ്റടിച്ചൂന്ന് പറഞ്ഞ് എന്നെ പോലീസ് പിടിക്കാരുന്നു. സാ... സാറേ.

"പിന്നെ എന്തിനാ നിന്നെ അവര് ഇത്രമാത്രം തല്ലിയെ"

പോലീസ് സ്റ്റേഷനിലേക്ക് എന്നെ കൊണ്ടുവന്നപ്പോൾ ഇടയ്ക്ക് ഞാനവരുടെ   കയ്യീന്ന് പിടിവിടുവിച്ച് ഓടി രക്ഷപ്പെട്ടൂന്ന് പറഞ്ഞാ സാറേ തല്ലേ.

'എന്നിട്'

'ഞാൻ അന്നുതന്നെ കണ്ണൂർക്ക് പൊറപ്പെട്ടുപോയി. ഒരു കൊല്ലം കഴിഞ്ഞ് തിരിച്ചു വന്നപ്പോ എന്നെ വീട്ടീന്ന് പിടിച്ച് കൊണ്ടന്നതാ സാ ം ം . . . റേ'.

 'മോൻ ഓടിപ്പോയ അവരുടെ പണി പോകില്ലേ.  അതാ അവരു തല്ലിചതച്ചത്

"എന്റെ  പൊന്നുമോനെന്തിനാ തിരിച്ചു വന്നത്. മോനവിടെ കഴിഞ്ഞാൽ പോരായിരുന്നോ ?  കഷ്ടം മോന് ഞാനൊരു ഊണ് വാങ്ങിത്തരാം. ഇനി പേടിക്കണ്ടാ ഞാൻ മറ്റുള്ളവരെപ്പോലെ തല്ലുകാരനല്ല. മോൻ പുറത്തിറങ്ങുമ്പം നല്ലവനായി ജീവിക്കാൻ നോക്ക്"

അപ്പോഴേക്കും ഞങ്ങളുടെ ബന്ധുക്കൾ ജാമ്യകടലാസുമായി സ്റ്റേഷനിലെത്തി. വൈകാതെ  ഞങ്ങൾ പുറത്തിറങ്ങി.

വർഷങ്ങൾ പിന്നിട്ടു. അവിചാരിതമായി നല്ല രീതിയിൽ പെരുമാറിയ പോലീസുകാരനെ ഞാൻ ടൗണിലെ വെജിറ്റബിൾ മാർക്കറ്റിനരികെ കണ്ടുമുട്ടി. അദ്ദേഹം ചോദിച്ചു.

"സുഖമാണോടോ?"

"അതേ സാർ"

"സാർ എന്നെ മറന്നില്ലേ"

"അതെങ്ങനെ മറക്കാനാണെടോ, താൻ ഇപ്പോ എന്തെടുക്കുവാ"

"തൊഴിലൊന്നും കിട്ടിയില്ല കൂലിപ്പണിയാ"

"സാറ് പെൻഷനായോ"

"ഉവ്വ്"

'സാറിപ്പോൾ എന്ത് ചെയ്യുന്നു'?

'ഞാനൊരു പലചരക്കു കട നടത്തുന്നു'

"സാറിന്റെ മക്കളൊക്ക"

"മൂന്ന് ആൺമക്കളാണെനിക്ക്. മൂന്നുപേരും പോലീസുദ്യോഗസ്ഥർ. ആരേയും ഒരിക്കലും തല്ലിനോവിച്ച് ശാപം വാങ്ങരുത് എന്ന് ഞാനവർക്ക് ഉപദേശം കൊടുത്തിട്ടുണ്ട്".

"എടോ പിന്നെ നിങ്ങളുടെ പണ്ടത്തെ ചീട്ടുകളി കേസുണ്ടല്ലോ അതിൽ നിങ്ങളൊക്കപ്പെട്ടുപോകാൻ കാരണം നിങ്ങളുടെ നീട്ടിലെ മുതലാളിയാ അറിയോ? അയാള് തന്റെ എതിരാളിയായ ചറുപ്പക്കാരൻ ചീട്ടുകളിസ്ഥലത്തുണ്ടെന്നറിഞ്ഞ് പോലീസിനെ വിളിച്ച് അയാളെ കുടുക്കിയതാ. നിങ്ങളും കൂട്ടത്തിൽ അബദ്ധവശാൽ പെട്ടുപോയെന്ന് മാത്രം"

'സാർ നന്ദി. പോലീസിൽ ഇത്തരത്തിൽ നല്ലവരുമുണ്ടെന്ന് എനിക്ക് ബോധ്യമായി'

# 12. എന്റെ മരണം

ഫെബ്രുവരിയിലെ ചുട്ടുപൊള്ളുന്ന ചൂട്. ദേഹമാസകലം വെന്തുരുകുന്നു. ശരീരത്തിൽനിന്നും തുള്ളിതുള്ളിയായി വിയർപ്പ് പുറത്തേയ്ക്ക് ഒഴുകുന്നു. സമയം രാവിലെ 10 മണി. വീടിനു മുമ്പിലെ വരാന്തയിൽ രാവിലെ ചായ കുടിയും കഴിഞ്ഞ് കസേരയിൽ ഇരുന്ന് പ്രഭാതപത്രം വായിക്കുകയാണ് ഞാൻ. ഭാര്യ അയൽപക്കത്ത് എവിടെയോ പോയിരിക്കുകയാണ്. തിരിച്ചുവരേണ്ട സമയം കഴിഞ്ഞിരിക്കുന്നു. മകൻ രാവിലെ പുറത്തേക്കിറങ്ങിയതാണ്. എപ്പോഴാണ് ഇനി തിരിച്ചു വരിക എന്നു പറയാൻ കഴിയില്ല. സാധാരണ അതാണ് അവന്റെ പതിവ്.

ഒരു ഓട്ടപ്രദക്ഷിണംപോലെ പത്രത്തിലെ വാർത്തകളിലേക്ക് കണ്ണോടിച്ചു. മകൻ അച്ഛനെ വെട്ടിക്കൊന്നു. അച്ഛൻ അമ്മയെ തലയ്ക്കടിച്ചു കൊന്നു. എന്നിങ്ങനെയുള്ള വാർത്തകൾ വായിച്ചു തുടങ്ങിയതോടെ ഉള്ളിൽ പറഞ്ഞറിയിക്കാൻ വയ്യാത്ത പരവശം. ശരീരം തളരുന്നതുപോലയും തൊണ്ട വരളുന്നതുപോലയും. കണ്ണുകൾ ഇരുളുകയാണ്. നെഞ്ച് പിളരുന്ന വേദന. അഗാധമായ ഒരു ഗർത്തത്തിലേക്ക് വലിച്ചെറിയപ്പെടുന്നതുപോലെ. ഉച്ചത്തിൽ ഭാര്യയെ വിളിക്കണമെന്ന് ആഗ്രഹിച്ചെങ്കിലും ഉള്ളിൽനിന്നും ശബ്ദം പുറത്തേക്കു വരുന്നില്ല.

അതികഠിനമായ വേദനയാണ് തലമുതൽ കാൽപ്പാദംവരെ. നെഞ്ച് പിളരുന്നതുപോലെ. ശരീരമാസകലം മരവിച്ച് ശ്വാസം കിട്ടാതെ പിടയുന്നു. താൻ മരിച്ചുകൊണ്ടിരിക്കുകയാണോ? അതേ. മരണത്തിന്റെ ഭീതിദമായ അതിശൈത്യമുള്ള താഴ്വരയിലേക്ക് ആയിരിക്കണം മിന്നൽ പിണർവേഗതയുള്ള മരണയാത്ര. പെട്ടെന്ന് എല്ലാം ശാന്തമായ പ്രതീതി. കൊടുങ്കാറ്റ് നിലച്ചു. . എന്റെ മരണം നടന്നു കഴിഞ്ഞു.

എല്ലാം കഴിഞ്ഞപ്പോഴേയ്ക്കും ഭാര്യ മുറ്റത്തുനിന്നും വരാന്തയിലേക്ക് മെല്ലെ കടന്നുവന്നു. തല ഒരു വശത്തേക്ക് ആയി തൂങ്ങി കസേരയിൽ കുമ്പിട്ടു കിടക്കുന്ന എന്നെ കണ്ട് അവൾ അയ്യോ ആരെങ്കിലും ഓടി വരണേ എന്ന് അലറി വിളിച്ച് കരഞ്ഞു. അയൽക്കാരിൽ ചിലർ ഓടിയെത്തി. മൂക്കിനരികെ കൈവെച്ച് ശ്വാസം നിലച്ചോ എന്ന് ഒരു കൂട്ടർ പരിശോധിച്ചു. ഒന്നുരണ്ടു പേർ കയ്യിലെ നാഡിയിടിപ്പ് പരിശോധിച്ച് പൾസില്ലെന്ന് ഉറപ്പുവരുത്തി. വന്നവരിൽ

ചിലരെല്ലാം തൊട്ടടുത്തു താമസിക്കുന്ന ബന്ധുവിനെ മരണവിവരം അറിയിക്കാൻ അങ്ങോട്ടോടി. വൈകാതെ ബന്ധുവിനെയും കൂട്ടി അവർ വീട്ടിലെത്തി. ശവസംസ്കാരം നടക്കേണ്ടതിന് ചെയ്യേണ്ട കാര്യങ്ങൾ ഓരോരുത്തരെയായി അദ്ദേഹം പറഞ്ഞേൽപിച്ചു.

അയൽക്കാരിൽനിന്നും ബന്ധുക്കളുടെ വിവരം ചോദിച്ചറിഞ്ഞ് അവരുടെ പേരുവിവര ലിസ്റ്റും ഫോൺനമ്പറും വാങ്ങി അവരെയൊക്കെ അറിയിക്കാൻ ഏർപ്പാടാക്കി. ചിലർ പള്ളിയിലേക്ക് ഓടി. വൈകാതെ അവർ മെഴുകുതിരിക്കാലും കുരിശും കറുത്ത കൊടിയും വീട്ടിൽ എത്തിച്ചു. കറുത്ത തുണിയിൽ വെളുത്ത കുരിശ് വരച്ചിരിക്കുന്ന തലയോട്ടി അടയാളമുള്ള കൊടി വീടിന്റെ മുൻവശത്ത് മെയിൻ റോഡിനരികെയുള്ള ഇടക്ട്രിക് പോസ്റ്റിൽ തൂക്കിയിട്ടു. വൈകാതെ മൈക്കുകാരനും എത്തി.

താമസിച്ചില്ല മൈക്കിലൂടെ:

"സമയാ ◌മാ ◌◦ം . . . . . . .രഥത്തിൽ ഞാൻ. . . . . . . . . . .

സ്വർഗ്ഗ യാ ◌◦ത്ര ചെയ്യുന്നു. . . . .

എൻ സ്വദേശം കാണ്മതിന്നായ്. . . . .. . . . . .

ഞാൻ തനിയെ പോകുന്നു . . . . . .

അപ്പോഴുമെൻ രഥത്തിന്റെ. . . . . . . . . .

ചക്രങ്ങൾ പോൽ ഓടുന്നു. . . . . . . ."

വൈകിട്ട് 2 മണി ആയപ്പോഴേക്കും കുളിപ്പിച്ച് അലങ്കരിച്ച് മുഗന്ധദ്രവ്യങ്ങൾ തളിച്ച് വെളുത്ത കുപ്പായം ധരിപ്പിച്ച് കൈകളിൽ കുരിശും പിടിപ്പിച്ചു ബന്ധുക്കൾ എന്നെ പെട്ടിയിലാക്കി വീടിന്റെ മുറ്റത്തൊരുക്കിയ വിശാലമായ പന്തലിൽ കിടത്തി. അടുത്ത ബന്ധുക്കളും ഭാര്യയും മക്കളും ശവശരീരത്തിന്റെ ഇരുവശങ്ങളിലുമായി ദുഃഖപാരവശ്യത്തോടെ ഇരിപ്പുറപ്പിച്ചു. ഇതിനിടെ മൈക്കുകാരനുമെത്തി. ആയാൾ മൈക്കിലൂടെ അങ്ങകലേക്ക് ഉച്ചത്തിൽ മൈക്കിലൂടെ ഈ ശോകഗാനത്തിന്റെ ഈരടികൾ അങ്ങകലേക്ക് വ്യാപിച്ചതോടെ കൂടിനിന്നവരിൽ പലരും ചേതനയറ്റവരെപ്പോലെയായി.

എന്റെ മരണം കേട്ടറിഞ്ഞും പത്രത്തിൽ വായിച്ചറിഞ്ഞും ധാരാളം പേർ എത്തിക്കൊണ്ടിരുന്നു. പരിസ്ഥിതി പ്രവർത്തകനും അഴിമതി, അനീതി, അവകാശനീതി നിഷേധങ്ങൾ ഇവയ്ക്കെതിരെ നിന്തരം പോരാടുകയും പത്രങ്ങളിൽ എഴുതുകയും പരാതികൾ അയയ്ക്കുകയും ചെയ്തിരുന്ന ആളെ അവസാനമായി ഒരു നോക്കു കാണുവാൻ മനുഷ്യസ്നേഹികൾ എത്തിക്കൊണ്ടിരുന്നു. ബന്ധുക്കൾ ഒഴികെയുള്ള ചിലർ എന്റെ ചലനമറ്റ ശരീരവും ദയനീയമായ കിടപ്പും കണ്ട് ഞെട്ടി. നാട്ടുകാരിൽ ചിലരെല്ലാം വീടിന്റെ ചുറ്റും അവിടവിടെയായി കൂട്ടം കൂടി നിന്നിരുന്നു.

അവരിലൊരാൾ മറ്റെയാളോട് മെല്ലെ പറഞ്ഞു.

'ഇവനെ പണ്ടേ തട്ടിക്കളയേണ്ടതായിരുന്നു ചങ്ങാതി. ഇപ്പോഴെങ്കിലും ഇവനെ കർത്താവീശോമിശിഹാ മുകളിലേക്ക് വിളിച്ചല്ലോ. നാടു നന്നാക്കാൻ നടന്ന ദ്രോഹി. സർക്കാർ അംഗീകൃത മണൽക്കടവുകളിൽനിന്ന് അനുവദിച്ചതിൽ അധികം പത്ത് കൊട്ട അധികം വാരിയാൽ കുടിവെള്ളം മുട്ടും, കിണറിൽ വെള്ളം കിട്ടില്ല, കൃഷി നശിക്കും എന്നൊക്കെ അധികാരികൾക്ക് പരാതി അയച്ച് മണൽക്കടവുകൾ പൂട്ടിച്ച മറ്റവനാണ് ഈ കിടക്കുന്നേ'

അടുത്തയാൾ

'എന്റെ ചങ്ങാതി എന്റെ വീടിനോട് ചേർന്ന് പറമ്പിൽനിന്നും കുറച്ച് മണ്ണെടുത്ത് വിറ്റ് കിട്ടുന്ന കാശുകൊണ്ട് പുരനിറഞ്ഞ് നിൽക്കുന്ന പെണ്ണിനെ കെട്ടിക്കാമെന്ന് വച്ച് പൊക്ലിൻ കൊണ്ടുവന്ന് മണ്ണെടുപ്പ് തുടങ്ങിയ അന്ന് തന്നെ ഈ കിടക്കുന്ന നാറി ആർ.ഡി.ഒയ്ക്ക് പരാതി അയച്ചു. ഈ നശിച്ചവൻ കാരണം എന്റെ പെണ്ണിനെ കെട്ടിക്കാതെ ഇന്നും അവൾ പുര നിറഞ്ഞ് വീട്ടിലിരുപ്പാ. ഇപ്പോഴത്തെ അവന്റെ ഒന്നും അറിയാത്ത പാവത്തെപ്പോലുള്ള ഒടുക്കത്തെ കിടപ്പ് കണ്ടോ?

തൊട്ടപ്പുറത്ത് മതിലിന്റെ അറ്റത്ത് നിന്നിരുന്ന രാഷ്ട്രീയക്കാരനായ ഒരു ചെറുപ്പക്കാരൻ

'നമ്മൾ രാഷ്ട്രീയക്കാർ നാടിന്റെ വികസനത്തിന് ഒന്നും ചെയ്യണില്ലാ, സ്വന്തം പോക്കറ്റ് വീർപ്പിക്കലാ നമ്മുടെ പണി എന്ന് നാടുനീളെ പറഞ്ഞു നടന്നവന്റെ ഇപ്പോഴത്തെ ഈ കിടപ്പ് കണ്ടോ. ഗ്രാമസഭയിൽ ബി.പി.എല്ലുകാരായി തിരഞ്ഞെടുക്കുന്നത് നമ്മുടെ ബന്ധുക്കളെയും അനുയായികളെയുമാണെന്ന് ഇവൻ മുകളിലേക്ക് പരാതി അയച്ച് എന്തെല്ലാം പുകിലുണ്ടാക്കി. സർക്കാരുദ്യോഗസ്ഥരേയും,

അമേരിക്കയിലും ജർമ്മനിയിലും മറ്റും മക്കൾക്ക് ജോലിയുള്ളവരെയും ബി.പി.എല്ലുകാരാക്കി എന്നു പറഞ്ഞ് എത്രമാത്രം പരാതിയാ ഇവൻ അയച്ചത്. ജനകീയാസൂത്രണ ആനുകൂല്യങ്ങൾ മുതലാളിമാർക്കാണ് കൊടുക്കുന്നതെന്ന് അരോപിച്ച് ഇവൻ ഓംബുഡ്സ്മാൻ കോടതിയിൽ നൽകിയ പരാതി സ്വീകരിച്ചത് നമ്മൾക്ക് അടിയായിപ്പോയില്ലേ. നാട്ടിലെ അന്നാ ഹസാരെ ആണെന്നായിരുന്നില്ലേ ഇവന്റെ ഭാവം. ഈ മറ്റവന്റെ നെഞ്ചത്ത് കുത്തണതുപോലെ അവന്റെ കഴുത്തിൽത്തന്നെ വയ്ക്കടാ നമ്മുടെ റീത്ത്

'എന്റെ രാജു ഞാൻ പഞ്ചായത്തീന്ന് മൂന്ന് കിണർ, കക്കൂസ്, വീട് മെയിന്റനൻസ് ഇവക്കൊക്കെ കാശ് മേടിച്ചൂന്നും പറഞ്ഞ് വിജിലൻസിനെക്കൊണ്ട് അന്വേഷണം നടത്തിച്ചവനാ ഇവൻ. അന്ന് ഇവന് രണ്ടു കൊടുക്കണോന്ന് ഞാൻ ആലോചിച്ചതാ. പക്ഷേ ഇവന്റെ പിള്ളേരെ ഓർത്താ ഞാനത് ചെയ്യാതിരുന്നത്'

അടുത്തത് ഒരു ഭക്തന്റെ ഊഴമായിരുന്നു.

'കർത്താവായ ദൈവമേ അവിടുന്ന് ഇപ്പോഴെങ്കിലും ഞങ്ങളുടെ പ്രാർത്ഥന കേട്ടല്ലോ. ഇവന്റെ ശവം പണ്ടേ എടുക്കണമായിരുന്നു. എത്രനാൾ ഞങ്ങൾ ഇവനെ മുകളിലേക്ക് എടുക്കണേ എന്ന് പ്രാർത്ഥിച്ചു എന്നറിയാമോ. നാട്ടുകാർക്കും ജനങ്ങൾക്കും അധികാരികൾക്കും പള്ളിക്കും മറ്റും കുരിശായിരുന്നില്ലേ ഇവൻ. പാതിരാത്രീല് മൈക്ക് വച്ച് പള്ളിയിൽ പ്രാർത്ഥിക്കാൻ മേലാ. ദൈവത്തിന്റെ പേരിൽ കാശുണ്ടാക്കാനല്ലെങ്കിൽ ഒരു പള്ളിക്ക് എട്ടും പത്തും കപ്പേളകൾ എന്തിനാ എന്നൊക്കെ പരാതിപ്പെട്ടവനായിരുന്നില്ലേ ഈ കിടക്കുന്നേ. ഇപ്പോഴത്തെ ഇവന്റെ കിടപ്പ് കണ്ടാൽ എന്തൊരു ശാന്തനാ.........

ശവമഞ്ചത്തിന്റെ കുറച്ചകലെയായി നിന്നിരുന്ന പെൻഷൻ പറ്റിയ ഒരു പോലീസുകാരൻ ഇങ്ങനെ തട്ടിവിട്ടു.

ഞങ്ങൾ പോലീസുകാർക്കും സൈ്വര്യം താതിരുന്നവനാ ഈ കിടക്കുന്ന റാസ്ക്കൽ. രാത്രീം പകലും ഒരുപാട് കള്ളമണലു പോണു, മണ്ണടിച്ച് പാടം നികത്തണു. എന്നൊക്കെ എന്തെല്ലാം പരാതികളാ ഇവൻ ഞങ്ങളെപ്പറ്റി എസ്.പിക്കും ഡിജിപിക്കും ഒക്കെ അയച്ചേന്ന് അറിയോ? രാഷ്ട്രീയക്കാർ ചെയ്യിക്കുന്നപോലെ ഒന്ന് രണ്ട് പെറ്റിയടിച്ച് ഇവനെ ഞങ്ങൾ കുറെ പ്രാവശ്യം കോടതീയിൽ കയറ്റിയാരുന്നു. എന്നിട്ടും അവൻ അടങ്ങിയില്ല.

അതിനിടെ എന്റെ ശവമഞ്ചത്തിനരികെ ഇരുന്ന് മൈക്കിലൂടെ ജപമാല ചൊല്ലുകയും മറ്റൊരു കൂട്ടർ അത് ഏറ്റുപാടുകയും ചെയ്തുകൊണ്ടി രുന്നു. പലരും എന്റെ ശവമഞ്ചത്തിനരികെ വന്ന് അല്പംനേരം നോക്കിനിന്ന് നാളെ ഞങ്ങളും ഇതേപോലെ ഇഹലോകം വെടിയേണ്ടവരാണല്ലോ എന്നോർത്ത് എന്നെ നോക്കിയിട്ട് തിരിച്ചു പൊയ്ക്കൊണ്ടിരുന്നു.

എന്നെ പള്ളിയിലേക്ക് എടുത്തുകൊണ്ടുപോകുന്ന സമയം അടുത്തുകൊണ്ടിരുന്നപ്പോൾ മൈക്കുകാരൻ വീണ്ടും ആരുടെയും ഹൃദയം പിളർക്കുന്ന റിക്കാർഡ് വച്ചു.

'ഓർക്കുക മർത്യാ നീ

മരണം വരുമൊരു നാളിൽ

കൂടെ പോരും നിൻ ജീവിത ചെയ്തികളും

സൽകൃത്യങ്ങൾ ചെയ്യുക നീ

അലസത....... കൂടാതെ'

അവസാനം പള്ളിയലച്ചനും കപ്യാരുമെത്തി. അച്ഛന്റെ മുഖത്തൊരു പുച്ഛഭാവം. ഈ നശിച്ചവൻ എന്നെപ്പറ്റി എന്തെല്ലാം വേണ്ടാതീനങ്ങൾ വാട്സാപ്പിലും, ഫേസ് ബുക്കിലും എഴുതി പിടിപ്പിച്ചവനാ. ഇവന്റെ കഥാ പുസ്തകത്തിലൊക്കെ പള്ളീലച്ചൻമാരെപ്പറ്റിയുള്ള കഥകളുംകൂടി എഴുത്തല്ലായിരുന്നോ?.. ഇതായിരുന്നു അച്ചന്റെ മനോഗതം.  ചത്തുമലച്ചുകിടക്കുന്നവനെ പറ്റി രണ്ടുവാക്കുകൂടി പറയാമായിരുന്നു.

പക്ഷേ ഇവന്റെ കൂട്ടുകാർ  ആരെങ്കിലും ഇതിനെപ്പറ്റി വാട് സാപ്പിൽ കൊടുക്കുകയോ  കോടതിയിൽ കേസുകൊടുക്കുകയോ ചെയ്താൽ പുലിവാലാകില്ലേ എന്നുകൂടി ചിന്തിച്ചിട്ട് അച്ചൻ  അന്ത്യ പ്രാർത്ഥനകളൊക്കെ ചൊല്ലിയശേഷം തന്റെ അനുശോചന പ്രസംഗം ആരംഭിച്ചു.

'ഈ കിടക്കുന്ന വല്യപ്പച്ചൻ തന്റെ ചെറുപ്പകാലത്ത് എല്ലാ ദിവസവും പള്ളിയിൽ വരികയും ദിവ്യബലിയിൽ പങ്കെടുത്ത് അൾത്താര ബാലനായിപോലും സേവനം ചെയ്തിരുന്ന ആളായിരുന്നു. വേദോപദേശ ക്ലാസ്സിൽ മുടങ്ങാതെ പങ്കെടുത്ത് ഹാജറിന് ഒന്നാംസമ്മാനം നേടിയിരുന്ന നല്ല ഇടയനുംകൂടിയായിരുന്നു.

ബൈബിളിനെപ്പറ്റിയും ഈ അപ്പച്ചൻ നന്നായി പഠിച്ചിരുന്നു. ഇദ്ദേഹം തന്റെ സാമാന്യ വിദ്യാഭ്യാസംപോലും കത്തോലിക്കാ സ് കൂളുകളിലായിരുന്നു പൂർത്തിയാക്കിയിരുന്നത്. പിന്നീട് ജീവിതത്തിലും കർത്താവീശോമിശിഹായുടെ പാതയിലാണ് ജീവിതം നയിച്ചിരുന്നത്. ജനങ്ങൾ നേരിട്ടിരുന്ന അവകാശ നീതിനിഷേധങ്ങൾക്കും അഴിമതിക്കുമൊക്കെ എതിരെ ശക്തമായി പ്രതികരിച്ചിരുന്നു. എന്നാൽ ധാരാളം വായനാശീലമുണ്ടായിരുന്ന ഈ ഇടയൻ പിന്നീട് നമ്മുടെ സഭയിൽ നടക്കുന്ന ആർഭാടധൂർത്ത്, ആഡംബരങ്ങൾ. നേർച്ചസദ്യകൾ എന്നിങ്ങനെ പലതിനേപ്പറ്റിയും എഴുതുകയും പരാതിപ്പെടുകയും ചെയ്തു തുടങ്ങി. കർത്താവായ യേശു അതെല്ലാം ക്ഷമിച്ച് ഇദ്ദേഹത്തിന്റെ ആത്മാവിനെ സ്വർഗ്ഗത്തിലേക്ക് ആനയിക്കുവാൻ നമുക്ക് ഒരുമിച്ച് പ്രാർത്ഥിക്കാം' കർത്താവായ യേശുവേ ഈ ആത്മാവിനെ അങ്ങയുടെ രാജ്യത്തിലേക്ക് ആനയിക്കേണമേ. ഇദ്ദേഹത്തെ അങ്ങയുടെ സ്വർഗ്ഗരാജ്യത്തിന് അവകാശിയാക്കേണമേ. ഈ പാപിയുടെ പാപങ്ങൾ പൊറുക്കണമേ. പിതാവിനും പുത്രനും പരിശുദ്ധാത്മാവിനും സ്തുതി.

വിടവാങ്ങുന്നേൻ.............

വിടുതി എനിക്കായി നൽകിയ വസതി

നിങ്ങളെനിക്കായി ചെയ്തതിനെല്ലാം

മിശിഹാനാഥൻ പ്രതിഫലമേകും'

# 13. കാക്കിക്കുള്ളിൽ

പോലീസ് സ്റ്റേഷനിൽ കയറിയിറങ്ങുന്നത് സമൂഹത്തിൽ മാന്യമായും മര്യാദയോടെയും കുടുംബജീവിതം നയിക്കുന്നവർക്ക് പറ്റിയതല്ലാ എന്നാണ് പണ്ടൊക്കെ കേട്ടിരുന്നത്. കുറ്റവാളികളേയും നിരപരാധികളേയും നിഷ്ക്കരുണം മർദ്ദനമുറകൾ കൊണ്ട് പീഡിപ്പിച്ചിരുന്നതായി അക്കാലത്ത് പരക്കെ ജനസംസാരമുണ്ടായിരുന്നു. അവിടെ ചെന്നുപെടാനും കഴിഞ്ഞുകൂടാനും ഇടവന്നവർ തങ്ങൾക്കുണ്ടായ അനുഭവങ്ങൾ പൊടിപ്പും തൊങ്ങലും വച്ച് മറ്റുള്ളവരോട് പറഞ്ഞ് പ്രചരിപ്പിച്ചിരുന്നു.

അതുകൊണ്ടുതന്നെ അറ്റ കയ്യായിട്ടേ പരാതിക്കാർ പോലീസിൽ എത്തിയിരുന്നുള്ളൂ. കൊച്ചുകുട്ടികൾ പലതിനും ശാഠ്യം പിടിക്കുകയും അച്ഛനമ്മമാരോട് കലഹിക്കുകയും കരയുകയും മറ്റും ചെയ്യുമ്പോൾ അമ്മമാർ അവരെ ശാന്തരാക്കുവാൻ

"ദേ പോലീസ് വരുന്നു മോനേ ഇപ്പോ കൊണ്ടുപൊക്കോളും"

എന്ന് പറയുന്നതോടെ അവർ കരച്ചിലടക്കി തങ്ങളെ കാണാതിരിക്കാൻ കണ്ണുകൾ രണ്ടു കൈ കൊണ്ട് പൊത്തി ശാന്തരായിരുന്നു. കേസിൽ പെട്ടിരുന്ന കുടുംബങ്ങളിൽ നിന്നും പലരും വിവാഹബന്ധങ്ങൾക്ക് വരെ മടിച്ചിരുന്ന ഒരു കാലമുണ്ടായിരുന്നു.

കാലപ്രവാഹത്തിൽ പലതും മാറിമറിഞ്ഞു. അടിയന്തിരാവസ്ഥയിൽ ഇടിമുറികളിൽ കഴിയേണ്ടി വന്ന പൊതുപ്രവർത്തകരും രാഷ്ട്രീയനേതാക്കളും അവർക്ക് ലോക്കപ്പിൽ നേരിടേണ്ടി വന്നിരുന്ന മനുഷ്യ മന:സാക്ഷിയെ ഞെട്ടിക്കുന്ന മർദ്ദനവിവരങ്ങൾ പൊതുയോഗങ്ങളിലും വാർത്താ മാദ്ധ്യമങ്ങളിലും പറയാനും എഴുതാനും തുടങ്ങിയതോടെ പിന്നീട് അധികാരത്തിൽ വന്ന ജനാധിപത്യ സർക്കാരുകൾ ഇതിനൊരറുതി വരുത്തണമെന്ന നല്ല ഉദ്ദേശത്തോടെ ചില നല്ല കാര്യങ്ങൾക്ക് തുടക്കമിട്ടു. അതോടെ സ്റ്റേഷനുകളിലെ ഇടിമുറികളിൽ പലതും നിർത്തലാക്കുകയും പൊതുജന രക്ഷയ്ക്കുവേണ്ടി പരീക്ഷണാടിസ്ഥാനത്തിൽ ചില സ്റ്റേഷനുകൾ മാതൃക പോലീസ് സ്റ്റേഷൻ എന്ന് അർത്ഥം വരുന്ന "ജനമൈത്രി"കളായി പ്രഖ്യാപിച്ച് പ്രവർത്തനം ആരംഭിച്ചു.

ഹൃദ്യമായ പെരുമാറ്റവും നല്ല സേവനവും നീതിയും ലഭിക്കുവാൻ തുടങ്ങിയതോടെ സ്റ്റേഷനിൽ പരാതിയുമായി

എത്തുന്നവരുടെ എണ്ണം കൂടികൂടി വന്നു. ജനങ്ങൾക്ക് വേണ്ട സൗകര്യങ്ങളും ഏർപ്പെടുത്തി. എങ്കിലും ചില ഒറ്റപ്പെട്ട സംഭവങ്ങൾ എന്ന പേരിൽ ചില സ്റ്റേഷനുകളിൽ ഇന്നും മർദ്ദനങ്ങൾ അരങ്ങേറുന്നതായി പരാതിയുണ്ട്.

തന്റെ താമസസ്ഥലത്തിനരികെയുള്ളതും ജനമൈത്രിയിൽപ്പെട്ട ഒന്നാണ്. ഇടയ്ക്കിടെ എസ്.ഐയേയും പരിചയമുള്ള പോലീസുകാരെയും കണ്ട് പരിചയം പുതുക്കുന്നതിനും പരാതികൾ അറിയിക്കാനും താനവിടെ എത്തുക പതിവാണ്.

ഇങ്ങനെ ഒരു ദിവസം എസ്.ഐയെ കാണാൻ രാവിലെ 9 മണിക്ക് സ്റ്റേഷനിൽ ഞാൻ എത്തി. സ്റ്റേഷനകത്ത് സന്ദർശകർക്ക് ഇരിക്കുന്നതിന് നിരത്തിയിട്ടിരിക്കുന്ന കസേരകളിൽ ഒന്നിൽ എസ്.ഐ.യെ കാണാൻ ഇരിപ്പുറപ്പിച്ചു. താനിരിക്കുന്നതിന്റെ മുൻപിലായി ഇട്ടിരുന്ന മേശയുടെ പിന്നിൽ പരാതിയുമായി എത്തുന്നവരെ സഹായിക്കാനും കാര്യങ്ങൾ തിരക്കാനും ഇരിക്കുന്ന ഒരു വനിതാ കോൺസ്റ്റബിളിനോട് ഞാൻ തിരക്കി

"സർ എസ്.ഐ അകത്തുണ്ടോ"

"ഇല്ലാ ചേട്ടാ ടൗണിൽ റോന്തിന് പോയിരിക്കയാ"

ഇതുകേട്ടതോടെ ഞാൻ എസ്.ഐയുടെ മുറിയുടെ മുൻവശത്തായി നിരത്തിയിട്ടിരിക്കുന്ന കസേരയിയിലൊന്നിൽ ഇരിപ്പുറപ്പിച്ചു. എന്നോടൊപ്പം കൈക്കുഞ്ഞിനെ കയ്യിലേന്തിയിരുന്ന ഒരു യുവതിയും മറ്റൊരാളും കൂടി തൊട്ട് കിടന്നിരുന്ന കസേരകളിൽ ഇരുന്നിരുന്നു. അതിനിടെ ചില രാഷ്ട്രീയനേതാക്കളും മുതലാളിമാരും സ്റ്റേഷനകത്തേക്കു കടന്നുവന്ന് പോലീസുകാരോട് എന്തൊക്കെയോ തിരക്കുകയും സ്വകാര്യം പറയുകയും ചെയ്തിട്ട് വന്നും പോയുമിരുന്നു.

ഞങ്ങളുടെ തൊട്ടുപുറകിലെ ചുമരിന് അപ്പുറത്തുള്ള മുറിയിലിരുന്നിരുന്ന രണ്ടുമൂന്നു കോൺ സ്റ്റബിൾമാരിൽ ഒരാൾ കമ്പ്യൂട്ടറിൽ എന്തൊക്കെയോ ടൈപ്പ് ചെയ്യുകയും സംസാരിച്ചുകൊണ്ടിരിക്കുകയുമാണ്. അതിലൊരാൾ

"എന്റെ രാജൻസാറേ ഇന്നലെ രാത്രി ഇത്തിരി നേരം പോലും കണ്ണടക്കാൻ കഴിഞ്ഞില്ല. രാത്രി പത്തുമണിവരെ ഫയലുകൾ നോക്കി നോക്കി മുഷിഞ്ഞിരിക്കുന്നതിനിടെ നമ്മുടെ അടുത്തുള്ള പാലസ് ബാറിൽ നിന്നും ഒരു അടിയന്തിര കോൾ വന്നു.

"സർ ഇവിടെ കുടിച്ച് പൂസായ രണ്ട് മദ്യപന്മാർ തമ്മിൽ തമ്മിൽ ഭയങ്കര അടിപിടിയാണ് സാർ ഉടൻ എത്തിയില്ലെങ്കിൽ ഇവിടെ കൊലപാതകം വരെ നടന്നേക്കും ഇതായിരുന്നു കോൾ"

"ഞാനും സുകുമാരൻ സാറും ബാബു സാറും ജീപ്പുമായി ഉടനെ അങ്ങോട്ട് തിരിച്ചു. അവിടെ ചെന്നപ്പോഴല്ലേ കാണേണ്ട പൂരം. ഒരാൾ മറ്റേയാളെ ബാറിന്റെ മുൻവശത്തെ മതിലിനരികത്തേക്ക് ഓടിച്ചിട്ട് ഇടിക്കുകയും നിലത്തേക്ക് തള്ളി വീഴിക്കുകയും ചെയ്യുന്നു. രണ്ടുപേരും വെള്ളയും വെള്ളയും ഇട്ട ചെറുപ്പക്കാരാണ്. ഒരു വിധം നല്ല മദ്യലഹരിയിലുമാണവർ.

ഓടിച്ചിട്ട് പിടിക്കാൻ ചെന്നാൽ ഓടിക്കുന്നവൻ കാഴ്ചയിൽ നല്ല കരുത്തുള്ളവനാണെന്ന് തോന്നിയതിനാൽ ഞങ്ങളെയെങ്ങാൻ കയ്യേറ്റം ചെയ്താലോ എന്ന ഭയം മൂലം ഞങ്ങളല്ലം അവരിൽ നിന്നും പിന്നോട്ടു മാറി നിന്നാണ് അവരെ പിടിക്കാൻ ശ്രമിച്ചത്. അതിനിടെ ബാർ ജീവനക്കാരിൽ ഒന്നുരണ്ടുപേരും കൂടി ഞങ്ങളുടെ സഹായത്തിനെത്തി. അതോടെ എതിരാളിയെ തല്ലാൻ ഓടിച്ചിരുന്നവൻ ഗേറ്റുവഴി ഓടി രക്ഷപ്പെടാനായി ശ്രമം. പെട്ടെന്ന് വാച്ചർ ഗേറ്റ് പുറമെ നിന്നും പൂട്ടിയതിനാൽ അവന് പുറത്തേക്ക് ഓടി രക്ഷപ്പെടാൻ കഴിയാതെ വന്നു. ഈ തക്കത്തിന് ഞങ്ങൾ രണ്ടുമൂന്നുപേർ കൂടി അവനെ പുറകിൽ നിന്നും വട്ടം കടന്നുപിടിച്ച് കൈ രണ്ടും കൂട്ടി പുറകോട്ട് പിടിച്ച് ബാറുകാരിൽ ഒരാൾ നീട്ടിയ തോർത്ത് ഉപയോഗിച്ച് കെട്ടി. പിന്നെ വണ്ടിയിൽ കിടന്നായി അവന്റെ പരാക്രമവും ചീത്തവിളിയും.

"എടാ മറ്റവൻമാരെ ഞാൻ ആരാണെന്ന് എന്ന് നിങ്ങൾക്കറിയോ? നിങ്ങളെന്നെ ഒരു പുല്ലും ചെയ്യില്ല. ഞാനിവിടുത്തെ പാർട്ടിയുടെ ബ്രാഞ്ച് സെക്രട്ടറിയാ. എന്നെ തൊട്ടാ നിങ്ങടെ തൊപ്പി ഞാൻ തെറിപ്പിക്കും"

"എന്റെ കൈ പൊരുപൊരുത്തതാ സാറേ. പക്ഷേ എന്തു ചെയ്യാം നമ്മുടെ അവസ്ഥ കൂടി ആലോചിക്കണമല്ലോ. പാർട്ടിക്കാരെ തൊട്ടാൽ നാളെ എന്തെല്ലാം പൊല്ലാപ്പുണ്ടാകുമെന്ന് ആർക്കറിയാം. അതുകൊണ്ട് ഞാൻ ക്ഷമിച്ചു. ഞങ്ങൾ രണ്ട് അവൻമാരെയും കയറ്റി സ്റ്റേഷനിലെത്തിച്ചു. പിന്നെ തല്ലുകൊണ്ടവനോട് ഞാൻ"

"എന്തിനാടോ തന്നെ അവൻ ഓടിച്ചിട്ട് തല്ലാനും കൊല്ലാനും മറ്റും ശ്രമിച്ചത്"

"സാറെ ഞങ്ങള് പാർട്ടിയുടെ ഒരു സംസ്ഥാന നേതാവ് പങ്കെടുക്കുന്ന യോഗത്തിന് ഇടുക്കിയിൽ പോയതാ. എന്നെ തല്ലാനോടിച്ച ഇദ്ദേഹം പാർട്ടിയുടെ ബ്രാഞ്ച് സെക്രട്ടറിയാ. യോഗം കഴിഞ്ഞ് തിരിച്ചെത്തിയപ്പോൾ ഞങ്ങൾ അല്പം ഒന്ന് മിനുങ്ങിയേക്കാമെന്ന് വച്ച് ബാറിൽ കയറിയതാ. സെക്രട്ടറിക്ക് അല്പം മൂപ്പ് കൂടിപ്പോയതു കാരണം പറ്റിയതാ സാറേ. ഇങ്ങാര് കുടിച്ചാൽ എപ്പോഴും ഇങ്ങനെ പ്രശ്നമുണ്ടാക്കും. ഇതൊന്നും കേസാക്കിയേക്കല്ലേ സാറേ. ഞങ്ങള് തമ്മിൽ ഒരു പ്രശ്നവുമില്ല. എനിക്ക് ഒരു പരാതിയുമില്ല.

"ശരി നിങ്ങൾ രണ്ടുപേരും കുറെ നേരം ഈ ബഞ്ചിലിരി പറ്റൊന്നിറങ്ങട്ടെ" എന്നു പറഞ്ഞ് ഞാനവരെ അവിടെയിരുത്തി. പത്തുപതിനഞ്ച് മിനിറ്റ് കഴിഞ്ഞപ്പോഴേക്കും ദാ വരുന്നു മുകളിൽ കേന്ദ്രത്തീന്ന് വിളി.

"സാറേ സ്റ്റേഷനിൽ പിടിച്ചുകൊണ്ടുവന്ന് സാറന്മാര് അവിടെ ഇരുത്തിയിരിക്കുന്ന രണ്ടു ചെറുപ്പക്കാർ ഞങ്ങളുടെ പാർട്ടിയുടെ ബ്രാഞ്ച് നേതാക്കളാണ്. അവരെയങ്ങ് വിട്ടേക്ക്"

"ശരി സാറേ എന്നു പറഞ്ഞ് ഞാൻ ഫോൺ താഴെ വച്ചു"

"നമുക്ക് അവരെ വിടാതിരിക്കാൻ പറ്റുമോ. കേന്ദ്രത്തീന്നല്ലേ വിളി വന്നിരിക്കുന്നേ"

അതോടെ ഞങ്ങളവരെ സ്റ്റേഷനിലെ ബുക്കിൽ ഒപ്പിടുവിച്ച് സ്വന്തം ജാമ്യത്തിൽ പറഞ്ഞുവിട്ടു. കക്ഷികളെ കസ്റ്റഡിയിലെടുത്തിരിക്കുന്നത് അറിഞ്ഞുകേട്ട് സ്റ്റേഷന്റെ പുറത്ത് അവരുടെ അണികൾ ഒച്ചപ്പാടും ബഹളവും ഉണ്ടാക്കിക്കൊണ്ടിരുന്നു.

അകത്തെ ഈ സംഭാഷണം ശ്രദ്ധിച്ച് എസ്.ഐ വരുന്നതും കാത്ത് ഇരിക്കുമ്പോൾ അതാ ഇരുപത്തി അഞ്ചോളം വയസ് പ്രായം വരുന്ന കാണാൻ കൊള്ളാവുന്ന വെളുത്ത് സുന്ദരിയായ ഒരു പെൺകുട്ടി ഞങ്ങളിരിക്കുന്ന മുറിയുടെ മുൻ വാതിലിലൂടെ അകത്തേക്ക് വരുന്നു. നെഞ്ച് മുമ്പോട്ടാക്കി കൈകൾ ചുരുക്കി മുന്നോട്ടാക്കി വെള്ളത്തിൽ താറാവ് തുഴയുന്നതുപോലെ പുറകുവശം അല്പം പുറകോട്ട് തള്ളിയാണ് വരവ്. തോളിലൊരു ഇളം ചുവപ്പു നിറമുള്ള വാനിറ്റി ബാഗ് തൂക്കിയിട്ടിരിക്കുന്നു. ചുരിദാറാണ് വേഷം. അവളുടെ ദയനീയമായ നടത്തവും മുഖത്തെ വിഷാദ ഭാവവും കണ്ട് ഇവിടെ ഇരുന്നോളൂ കുട്ടി എന്ന് പറഞ്ഞ് ഞാനവൾക്ക് കസേര ഒഴിഞ്ഞു കൊടുത്തു.

ഒരു സുന്ദരിയായ പെൺകുട്ടി ഒറ്റയ്ക്ക് നിർഭയം ഇവിടെ കടന്നുവരണമെങ്കിൽ അതിലെന്തെങ്കിലും കാരണമുണ്ടായിരിക്കുമെന്ന് ചിന്തിച്ചുകൊണ്ട് ഞാൻ

"മോളെവിടുന്നാ വരുന്നെ മോളെ"

"ഇവിടെ കുറച്ചകലെയുള്ള ഹരിജൻ കോളനീന്നാ"

"വല്ല പരാതിയും കൊടുക്കാനാണോ വന്നത് ? അതോ എസ്.ഐയെ കാണാനോ

"ഒരു സഹായം ചോദിക്കാൻ വന്നതാ സാറെ. അല്പം ചമ്മലോടെയും നാണത്തോടെയും അവൾ പറഞ്ഞു.

"മോൾക്ക് വീട്ടിൽ ആരൊക്കെയുണ്ട്?"

"അമ്മേം ചേച്ചീം മാത്രം" അച്ഛൻ അമ്മയെ ഉപേക്ഷിച്ച് വേറെ കല്ല്യാണം കഴിച്ചുപോയി. ഇനിക്ക് ആരുല്ല്യാ സാറെ. ഞാൻ ചീത്ത കുട്ടിയാന്നാ എല്ലാവരും പറയണെ. ഞാൻ ചീത്ത കുട്ടിയാണോ സാറെ" ഇതു ചോദിക്കലും ഹ്ങേങേ.... ഹ്ങേ....... എന്ന് അവൾ പൊട്ടിക്കരഞ്ഞു. അവളുടെ ദയനീയാവസ്ഥയും കരച്ചിലും കണ്ട് ഞങ്ങൾക്കും സങ്കടം സഹിക്കാൻ കഴിഞ്ഞില്ല. കരച്ചിൽ കേട്ട് ഒന്നുരണ്ടു പോലീസുകാർ ഞങ്ങളുടെ കുറച്ചകലെ വന്നു നോക്കിയിട്ട് അകത്തേക്ക് ഉൾവലിഞ്ഞു.  അല്പം കഴിഞ്ഞപ്പോഴേക്കും മധ്യവയസ് കനും കണ്ണടധാരിയുമായ ഒരു പോലീസുകാരൻ കടന്നുവന്നിട്ട് പെൺകുട്ടിയെ തന്റെ അരികിലേക്ക് വിളിച്ചിട്ട്

"എന്താ കൊച്ചേ നീ വീണ്ടും വന്നേക്കുന്നേ. കഴിഞ്ഞയാഴ്ച നിന്നോട് ഇടയ്ക്കിടെ ഇവിടെയിങ്ങനെ വരരുതെന്ന് ഞങ്ങൾ പറഞ്ഞിരുന്നതല്ലേ. എന്തിനാ മോള് കരയുന്നേ. എന്താ കാര്യം?"

"എസ്.ഐയോട് സഹായം ചോദിക്കാൻ വന്നതാ സാറെ"

എസ്.ഐയ്ക്ക് മോളിവിടെ വരുമ്പോഴൊക്കെ മോളെ സഹായിക്കാൻ പറ്റോ ?. അങ്ങോർക്കും വീടും കുടുംബവും ഒക്കെ ഉള്ളതല്ലേ. മോളുടെ ആ വാനിറ്റി ബാഗ് ഇങ്ങു തന്നേ. അതിൽ അമ്മേടെ നമ്പറില്ലേ. അതിലേക്ക് മോളിവിടെ വന്നിട്ടുണ്ടെന്ന് ഞാൻ വിളിച്ചു പറയാം.

"വേണ്ട സാറേ. ഞാൻ അമ്മ കാണാതെയാ ഇങ്ങോട്ടു വന്നിരിക്കുന്നെ"

"എങ്കിൽ ആ ഡയറി ഇങ്ങെടുത്തു തന്നേ"

"ഡയറി ഞാൻ എടുത്തില്ല സാറേ. വീട്ടിൽ വച്ചേക്കാ. ഞാൻ ചീത്ത കുട്ടിയാന്നാ എല്ലാവരും പറയണത്.  ഞാൻ ചീത്ത കുട്ടിയാണോ സാറേ"  ഹ്ംേ.... ഹ്ംേ....... ഹ്ംേ.... ഹ്ംേ....... അവൾ ഏങ്ങലടിച്ച് വിക്കി വിക്കി വീണ്ടും കരയാൻ തുടങ്ങി.

"മോള് മിടുക്കി കുട്ടിയല്ലേ. വല്ലവരുമൊക്കെ പറയണത് കേട്ട് മോളെന്തിനാ കരയണേ. മോള് വേഗം വീട്ടിലേക്ക് തിരിച്ചുപോ. മോളെ കാണാഞ്ഞ് അമ്മയും ചേച്ചിയും ഇപ്പോൾ എത്രമാത്രം വിഷമിക്കുന്നുണ്ടായിരിക്കും. എവിടെയൊക്കെയായിരിക്കും മോളെ അവരിപ്പോൾ അന്വേഷിക്കുന്നത്"

"സാറെ എന്റെ കൈയിൽ വണ്ടിക്കൂലിക്ക് കാശില്ലാ"

"ഞാനിന്ന് കാശെടുക്കാൻ മറന്നു മോളേ. എന്നാലും ചിലപ്പോൾ എന്തെങ്കിലും ചില്ലറ പോക്കറ്റിൽ കണ്ടേക്കും"

എന്നു പറഞ്ഞ് അദ്ദേഹം പോക്കറ്റിൽ തപ്പി അതിലുണ്ടായിരുന്ന മൂന്ന് ഇരുപതു രൂപ നോട്ടുകൾ അവൾക്ക് വച്ച് നീട്ടി. തൊട്ടപ്പുറത്ത് രണ്ട് കോൺസ്റ്റബിൾമാർ ഇത് നോക്കി നിന്നിരുന്നു. പൈസ കൈയിൽ കിട്ടിയപാടെ അത് ബാഗിലേക്ക് ഇട്ടിട്ട് അവൾ പഴയപടി നടുവ് പിറകോട്ട് വലിച്ച് നെഞ്ച് മുമ്പോട്ടാക്കി കൈകൾ ചുരുക്കി മുന്നോട്ട് തുഴഞ്ഞ് തുഴഞ്ഞ് നീങ്ങി.

ഇന്നും കാക്കിക്കുള്ളിൽ മനുഷ്യസ്നേഹികളായ ധാരാളം പേരുണ്ടെന്ന് അവിടെ കൂടിയിരുന്ന ഞങ്ങൾക്കെല്ലാം ഈ സംഭവം നേരിൽ കണ്ടതോടെ ബോദ്ധ്യമായി.

# 14. നാക്കുണ്ടെങ്കിൽ തൂക്കില്ലാ

തുണിയും വീട്ടിലേക്കാവശ്യമായ മറ്റു ചില അത്യാവശ്യ സാധനങ്ങളും വാങ്ങാൻ നാട്ടിൻപുറത്തുകാരനും സരസനും ബുദ്ധിശാലിയുമായ തോമാ ചേട്ടൻ അടുത്തുള്ള നഗരത്തിൽ സാധാരണയായി പോകാറുണ്ട്. അങ്ങനെ ഒരിക്കൽ ടിയാൻ ഷോപ്പിങ്ന് പോയി തിരിച്ചു പോരുന്നതിനിടെ മൂപ്പിന്നിന് ശക്തിയായ മൂത്രശങ്ക തോന്നി. അതോടെ ആളൊഴിഞ്ഞ ഒരു ഇടവഴിയിലെത്തി മൂത്രശങ്ക അകറ്റാൻ ആരംഭിച്ചു. പെട്ടെന്ന് എവിടെനിന്നെന്നോ പോലെ ഒരു പോലീസുകാരൻ പ്രത്യക്ഷപ്പെട്ടു.

'ഫ നിർത്തെടോ' പൊതുവഴിയിൽ മൂത്രമൊഴിക്കുകയാണല്ലേ. വഴിയിൽ മൂത്രമൊഴിക്കുന്നത് കുറ്റമാണെന്നറിഞ്ഞുകൂടെ നടക്കടോ സ്റ്റേഷനിലേക്ക്.

'ഏമാനേ, ഒരു തെറ്റുപറ്റി ക്ഷമിക്കണം ഒരു മിനിറ്റ് എന്നു പറഞ്ഞ്

തോമാ ചേട്ടൻ അല്ലം നീങ്ങിയിരുന്ന് ഇത്തിരി കൂടി മൂത്രമൊഴിച്ചു. ഇതിനുശേഷം

'എങ്കിൽ നമുക്കു പോകാം സാറേ' എന്നറിയിച്ചു.

പശുവിന്റെ പുറകിൽ കിടാവ് അനുസരണയോടെ പോകുന്നതുപോലെ തോമാ ചേട്ടൻ പോലീസിന്റെ പിന്നാലെ സ്റ്റേഷനിലേക്ക് നടന്നു. സ്റ്റേഷനിൽ ചെന്ന് ഒപ്പിടുവിച്ച ശേഷം ടിയാനെ പോലീസുകാരൻ നേരെ മജിസ്ട്രേറ്റിന്റെ മുമ്പിൽ ഹാജരാക്കി. മജിസ്ട്രേറ്റ് ചോദിച്ചു

'നിങ്ങൾ പൊതുവഴിയിൽ മൂത്രമൊഴിച്ചു എന്ന് പറഞ്ഞിരിക്കുന്നത് ശരിയാണോ ? ഇതു കുറ്റമാണെന്ന് അറിഞ്ഞു കൂടേ.

'അറിഞ്ഞു കൂടായിരുന്നു ഏമാനേ ഞാൻ മൂത്രമൊഴിച്ചുവെന്നത് ശരിയാണ്. പക്ഷെ ഈ ഏമാൻ തൊട്ടപ്പുറത്തുനിന്ന് മൂത്രമൊഴിക്കുന്നത് കണ്ടിട്ടാണ് ഞാനും അവിടെ മൂത്രമൊഴിച്ചത്. കോടതിയിൽ നിന്നും ശിപായിയെ വിട്ട് സ്ഥലം പരിശോധിച്ചാൽ കോടതിക്ക് സത്യം ബോധ്യമാകും.'

കോടതി ശിപായിയോട്  മൂത്രമൊഴിച്ചിരിക്കുന്ന സ്ഥലം പരിശോധിച്ചിട്ട് വരാൻ ആവശ്യപ്പെട്ടു. കുറെ കഴിഞ്ഞ് ശിപായി സംഭവസ്ഥലം പരിശോധിച്ച ശേഷം തിരിച്ചെത്തി. അടുത്തടുത്തായി രണ്ട് സ്ഥലത്ത് മൂത്രമൊഴിച്ചിരിക്കുന്നത് കണ്ടു എന്ന വിവരം കോടതിയെ അറിയിച്ചു. ഇതോടെ തോമാ ചേട്ടൻ കുറ്റക്കാരനല്ലെന്ന് കണ്ട്  വെറുതെ വിടുകയും പോലീസിനെ ശാസിക്കുകയും ചെയ്തു. ഇതാണ് പറയുന്നത് നാക്കുണ്ടെങ്കിൽ തൂക്കില്ലെന്ന്.

# 15.ന്യൂ ജനറേഷൻ

ചുട്ടുപൊള്ളുന്ന മേട ചൂട്.  മൃഗങ്ങളും പക്ഷികളും വരെ ചത്തൊടുങ്ങുന്നു.  നീർക്കെട്ടും, പനിയും സഹിക്കാതായപ്പോൾ തൊട്ടടുത്തുള്ള ആശുപത്രിയിലെത്തിയതാണ് ഞാൻ.  റൂമുകളൊന്നും വേക്കെന്റില്ലാത്തതിനാൽ വാർഡിലാണ് ബെഡ് കിട്ടിയത്.  മൂന്ന് ദിവസമായി ഇവിടെ കഴിയുന്നു.  ഇടയ്ക്കിടെ ഭാര്യയോ കൂട്ടുകാരോ കാണാൻ വരും.  സമയം പോകാനാണ് ബുദ്ധിമുട്ട്, ഓരോന്നാലോചിച്ച് അങ്ങനെ കിടക്കുമ്പോൾ :

'എക്സ്ക്യൂസ് മീ സാർ, യൂ ആർ സഫറിങ് വിത്ത് ഹെവി ഫീവർ.  എവരി ഡേ ക്ലൈമറ്റ് ഈസ് ബിക്കമിങ് വെരി ബാഡ്, യാ മൈ കറക്ട് സർ'

രണ്ട് ബെഡ്ഡിനപ്പുറത്ത് തന്നെ പോലെ അഡ്മിറ്റായിരിക്കുന്ന ഒരു ചെറുപ്പക്കാരൻ അരികിലെത്തി പറഞ്ഞു നിർത്തി. സ്വർണ്ണഫ്രെയിമുള്ള കണ്ണടയും വില കൂടിയ വാച്ചുമാണ് ധരിച്ചിരിക്കുന്നത്.  ഇംഗ്ലീഷിൽ നല്ല പരിജ്ഞാനം ഉണ്ടെന്ന് തോന്നുന്നു. കട്ടിലിനരികിലെ  സ്റ്റൂളിൽ വന്നിരിന്നിട്ട് അയാൾ വീണ്ടും

'സാറിന്റെ ഗുഡ് നെയിം'

'രാജൻ'

'വീട് '

'മലയാറ്റൂർ '

'എന്റെ പേര് ബെന്നി, വീട് കറുകുറ്റി, ഒരു കമ്പനിയുടെ സെയിൽസ് റെപ് ആയി വർക്ക് ചെയ്യുന്നു.'

ചോദിക്കുന്നതിന് മുൻപെ അയാളുടെ വിവരങ്ങൾ ഇങ്ങോട്ട് കയറി പറഞ്ഞു.

അപ്പോഴേക്കും രാവിലെയും വൈകിട്ടും അയാൾക്ക് ആഹാരം കൊണ്ടുവരാറുള്ള 50 വയസ്സോളം പ്രായമുള്ള മുഷിഞ്ഞ വേഷം ധരിച്ച ഒരു സ്ത്രീ ഒരു കിറ്റിൽ ആഹാരവുമായി എത്തി.  വന്നപാടെ ചെറുപ്പക്കാരൻ ദേഷ്യത്തോടെ :

'വിശന്ന് വയറ് കരിഞ്ഞു തുടങ്ങിയല്ലോടി അസത്തെ, നിനക്കൊക്കെ മാസാമാസം 2000 ഉം 3000 വും എണ്ണിതരുന്ന എന്നെ വേണം തല്ലാൻ. എന്തൊരു വിയർപ്പുനാറ്റം വൃത്തികെട്ടവൾ. അലക്കുകയും കുളിക്കുകയും ചെയ്യാത്ത ശവം.'

പാവം സ്ത്രീ ഇത് കേട്ടുനിന്നതല്ലാതെ ഒന്നും മിണ്ടിയില്ല. അവർ ദയനീയഭാവ ത്തോടെ എന്റെ മുഖത്തേക്ക് നോക്കിയിട്ട് പുറത്തേക്ക് പോയി. അവർ തിരിച്ചു പോയെന്ന് ഉറപ്പായപ്പോൾ അയാൾ എന്റെ അരികിലേക്ക് വന്നിട്ട് പറഞ്ഞു:

'സർ, എന്റെ വീട്ടിലെ സെർവന്റാണവർ, ഒരു നീറ്റ് നെസ്സുമില്ലാത്ത സ്ത്രീ, ഭക്ഷണം പോലും പാകപ്പെടുത്താൻ അറിയില്ല. എന്തുചെയ്യാൻ കഴിയും സർ. ഇന്നത്തെ കാലത്ത് വീട്ടുജോലിക്ക് ആളെ കിട്ടാനുള്ള ഒരു ബുദ്ധിമുട്ടേ? ഞാനായതുകൊണ്ട് അങ്ങനെ അഡ്ജസ്റ്റ് ചെയ്തു സഹിച്ചുകൊണ്ടു പോകുന്നു. സർ, ഞാനൊന്ന് പുറത്തേക്കിറങ്ങിട്ട് ഉടനെ തിരിച്ചു വരാം. സിസ്റ്റർമാർ അന്വേഷിച്ചാൽ ഞാനുടൻ വരുമെന്ന് പറഞ്ഞേക്ക് അയാൾ വാർഡിൽ നിന്നും പുറത്തേക്കിറങ്ങി.'

സമയം വൈകിട്ട് 5 കഴിഞ്ഞു. അത്താഴവുമായി ചെറുപ്പക്കാരന്റെ ജോലിക്കാരി എത്തി. തന്റെ ആളെ കാണാതിരുന്നപ്പോൾ അവർ എന്നോട് തിരക്കി.

'ഇവിടെ കിടന്നവൻ എപ്പോഴാ പുറമേക്ക് പോയത്?'

'ഉച്ചയ്ക്ക് പുറത്തേക്കെന്ന് പറഞ്ഞു ഇറങ്ങിയതാണമ്മച്ചീ, ഇതേവരെ കണ്ടില്ല.'

'എങ്കിൽ അവൻ ആശുപത്രിക്കാരെ പറ്റിച്ച് കാശു കൊടുക്കാതെ മുങ്ങിയതാ മോനെ, എന്തെല്ലാം കുടുക്കുകളാണ് അവന്റെ കൈയിലെന്ന് മോന് അറിയോ? ദുഷ്ടൻ അവൻ ഗുണം പിടിക്കില്ല.' അവർ പിരാകി.

'അപ്പോൾ അമ്മ അവന്റെ വേലക്കാരിയല്ലേ?'

'സത്യമായിട്ടും അല്ല മോനെ, അവൻ എന്റെ കുരുത്തംകെട്ട മോനാ പത്തു മാസം ഞാൻ വയറ്റിൽ ചുമന്നുകൊണ്ട് നടന്ന് നൊന്തു പെറ്റ എന്റെ മോനാ അവൻ. ഞങ്ങളവനെ ഡിഗ്രി വരെ പഠിപ്പിച്ചിട്ടും ഒരു തൊഴിലിനും പോകാതെ തട്ടിപ്പുകൾ നടത്താൻ നടക്കുകയാണ് അവൻ. ഞാനും കെട്ടിയോനും പാടുപെട്ട് കൂലിപണിയെടുത്താണ്

അവനെ പോറ്റുന്നത്. എന്നിട്ടും, ആ ശാപമെത്തിയവൻ ഞങ്ങളെ ചീത്തവിളിയാ. അപ്പൻ ആശുപത്രിയിൽ പാന്റും ഷർട്ടും ഇടാതെ വന്നാൽ കാലുതല്ലി ഒടിക്കുമെന്നാണ് അവൻ ഭീഷണിപ്പെ ടുത്തിയിരിക്കുന്നത്. പാന്റും ഷർട്ടും ഇട്ടുവന്നില്ലെങ്കിൽ അവന്റെ സ്റ്റാറ്റസിന് മോശമാണത്രേ.'

ഒരു കരച്ചിലിന്റെ വക്കോളമെത്തി തൊണ്ട ഇടറി പറയുന്നതിനിടെ അവർ പൊട്ടിക്കരഞ്ഞു കൊണ്ട് പറഞ്ഞു.

'പോട്ടേ മോനെ'

ഞാനറിയാതെ എന്റെ കണ്ണിൽ നിന്നും രണ്ട് തുള്ളി കണ്ണുനീർ ഇറ്റിറ്റു വീണു.

# 16. സ്പെല്ലിംങ് മിസ്റ്റേക്ക്

ബംഗാളിന്റെ തലസ്ഥാനമായ കൽക്കട്ടാ നഗരത്തിലെ ഡൽഹൗസി സ്ക്വയർ. സെക്രട്ടറിയേറ്റ് മന്ദിരം സ്ഥിതി ചെയ്യുന്നതും ഇവിടെയാണ്.രാവിലെ മുതൽ വൈകിട്ട് ഇരുട്ടും വരെ നിരനിരയായി നീങ്ങുന്ന എറുമ്പിൻ കൂട്ടങ്ങളെപ്പോലെ നിരത്ത് നിറഞ്ഞൊഴുകുന്ന ജനങ്ങളും വാഹനവ്യൂഹങ്ങളും. തലസ്ഥാനത്തിന്റെ നഗരത്തിരക്കിൽ നിന്നും വ്യത്യസ്തമായ അനുഭവം പകരുന്നതാണ് സെക്രട്ടറിയേറ്റ് പരിസരം. റോഡിനോടു ചേർന്ന തെക്കു വശത്തെ സെക്രട്ടേറിയേറ്റ് കെട്ടിട മതിലിനും ഇളം ചുവപ്പു നിറമാണ്. ഒരാൾ പൊക്കമുള്ള നീണ്ട മതിലുകൾക്ക് ഉള്ളിലുള്ള കെട്ടിടങ്ങളുടെ ഏകദേശ രൂപം റോഡിൽ നിന്നു നോക്കിയാൽ മനസ്സിൽ കടന്നു വരും.

പ്രവേശന കവാടത്തിന്റെ ഇരുവശങ്ങളിലുമായി ഗേറ്റിൽക്കൂടി അകത്തേയ്ക്ക് അതിക്രമിച്ച് കടക്കുവാൻ ശ്രമിയ്ക്കുന്നവരുടെ മേൽ ഇപ്പോൾ ചാടി വീഴും എന്ന് തോന്നും വിധം ഗേറ്റിന്റെ ഇരുവശത്തുമായി ഒട്ടിയ വയറിന്അടിയിൽ പിൻകാലുകൾ മടക്കി വച്ചും മുൻകാലുകൾ പിറകോട്ട് ആക്കിയും ക്രൂദ്ധരായി നേർക്കു നേർ നോക്കിക്കൊണ്ട് ജാഗരൂകരായ കാവൽക്കാരെപ്പോലെ രണ്ട് സിംഹരാജാക്കന്മാർ കിടക്കുന്നു. മുൻനിരയിലെ കൂർത്ത രണ്ട് പല്ലുകൾ പുറത്ത് കാണും വിധം ചുണ്ടിനു മുകളിലാക്കിയാണ് അവയുടെ കിടപ്പ്.നാലഞ്ച് മീശരോമങ്ങൾ എഴുന്നു നിൽക്കുന്നു. അബദ്ധവശാൽ ജീവൻ തുടിയ്ക്കുന്ന ഇവയുടെ അരികത്തു കൂടി കടന്നു പോകുന്ന ഏതൊരുവനും പെട്ടെന്ന് ഒന്ന് ഞെട്ടിപ്പോകും. പ്രതിമകളാണ് ഇവയെന്ന് പിന്നീട് ബോദ്ധ്യമാകുമ്പോൾ അവർ ലജ്ജിച്ചു പോകും. കലാകാരന്റെ കരവിരുത് മുഴുവൻ പ്രയോഗിച്ച് പ്രതിഫലിപ്പി ച്ചിരിക്കയാണ് ഇതിൽ.

സെക്രട്ടേറിയേറ്റിന് അകത്തേക്കുള്ള വിശാലമായ വഴിയുടെ ഇരുവശവും നിര നിരയായി നിൽക്കുന്ന കരിമ്പനകൾ. കോമ്പൗണ്ടിനകത്ത് മുത്തുക്കുട പോലെ പടർന്നു പന്തലിച്ച് നിൽക്കുന്ന കൊച്ചു കൊച്ചു മരങ്ങൾ. മുറ്റത്തിന് ചുറ്റും വിരിഞ്ഞു നിൽക്കുന്ന വർണ്ണപ്പൊലിമയുള്ള പൂക്കൾ വഹിയ്ക്കുന്ന ചെടികൾ. ഇതിന് അടുത്തായി നിറയെ കെട്ടിട സമുച്ചയങ്ങൾ. ഈ കെട്ടിടങ്ങളുടെയും നിറം ഇളം ചുവപ്പു തന്നെ.

സെക്രട്ടേറിയേറ്റ് മന്ദിരത്തിന്റെ നേരെ എതിർവശത്തായി മൂന്നു നിലയുള്ള വൻ കെട്ടിടം. കെട്ടിടത്തിന്റെ ഏറ്റവും മുകളിലായി ഇപ്പോൾ

പറന്നുയരും എന്ന് തോന്നും വിധം പറക്കുവാൻ തയ്യാറായി ഒരു കൃഷ്ണപ്പരുന്ത് തളികയിൽ ഇരിയ്ക്കുന്നു. പരുന്തിനെ സൂചിപ്പിയ്ക്കാൻ കെട്ടിടത്തിന് ഈഗിൾ ഹൗസ് എന്ന് പേർ നൽകിയിരിക്കയാണ്. കെട്ടിടത്തിനകം നിറയെ വിവിധ എക്സ്പോർട്ടിംഗ് കമ്പനികൾ പ്രവർത്തിക്കുന്നു. ഇവയിലൊന്നിൽ സ്റ്റെനോ (ടൈപ്പ്  ഷോർട്ട് ഹാന്റ് അറിയുന്നയാൾ)യുടെ വേക്കൻസി ഉണ്ടെന്ന് കൂട്ടുകാരനിൽ നിന്നും അറിഞ്ഞ് ഇവിടെ എത്തിയിരിയ്ക്കയാണ് ഞാൻ. വടക്കു വശത്തെ റോഡിനരികത്തുള്ള പ്രവേശന കവാടത്തിൽ പ്രദർശിപ്പിച്ചിരിയ്ക്കുന്ന കമ്പനികളുടെ പേരും ഫ്ലോർ നമ്പറും കണ്ടു പിടിച്ച് ലിഫ്റ്റിൽ കയറി. കഴുത്തിൽ ടൈ കെട്ടി ഷർട്ട് ഇൻ ചെയ്ത് കോട്ടും സൂട്ടും ധരിച്ച ഓഫീസർമാരുടെയും അഴകെഴുന്ന സുന്ദരിമാരുടെയും തൊട്ടരികെ നിന്നുള്ള ലിഫ്റ്റ് യാത്ര കൗമാരക്കാരനായ എന്റെ മനസ്സിൽ ഒരു സ്വപ്നലോകത്തിൽ എത്തിപ്പെട്ട പ്രതീതി സൃഷ്ടിച്ചു.

ലിഫ്റ്റിൽ നിന്ന് ഇറങ്ങി ഇടവഴിയ്ക്ക് സമാനമായ നീണ്ട കോറിഡോറിലൂടെ കമ്പനിയുടെ ഓഫീസിനരികിലെത്തി. ഒരൊന്നൊന്നരയാൾ പൊക്കത്തിൽ ഇരുവശങ്ങളിലുമായി മരത്തിന്റെ ഫ്രെയിമിൽ തീർത്തിരിക്കുന്ന മധ്യഭാഗത്ത് ചില്ലു ഫിറ്റ് ചെയ്തിരിക്കുന്ന ക്യാബിനുകൾ. ഇടതു വശത്ത് പത്തടിയോളം അകലെ ക്യാബിനുകൾക്ക് നടുവിലായി ഒന്നു രണ്ട് ഹാഫ് ഡോറുകൾ വച്ച വാതിലുകൾ. അതിനകത്തു നിന്നും ടക് ടക് കട കടാ എന്നിങ്ങനെയുള്ള ടൈപ്പ് റൈറ്ററുകളുടെ സംഗീതാൽമകമായ ഇടമുറിയാത്ത ശബ്ദവീചികൾ ഉയർന്നു കൊണ്ടിരിക്കുന്നു. വലതു വശത്ത് അറ്റത്തായി ഒരു ചെറിയ ക്യാബിൻ. അത് അവസാനിക്കുന്നിടത്ത് ഒരു വാതിൽ മാത്രം. അവിടം നിശ്ശബ്ദമാണ്.

ഇടതു വശത്തെ ആദ്യ കവാടത്തിലൂടെ വലതുകാൽ വച്ച് അകത്ത് കടന്നു. കടക്കുന്നിടത്ത് തന്നെ മധുരപ്രതിനേഴിന്റെ മാദകത്വം തുളുമ്പുന്ന സുന്ദരികളിൽ സുന്ദരിയായ ആംഗ്ലോ ഇന്ത്യൻ പെൺകുട്ടി നാലുപാടും ഭിത്തിയിൽ ഇലക്ട്രിക് വയറുകൾ ഫിറ്റ് ചെയ്തിട്ടുള്ള ബോക്സിൽ നിന്നും മുമ്പിലെ മേശയിലേക്ക് കണക്ട് ചെയ്തിരിക്കുന്ന വയറുകൾ ഊരിയെടുത്ത് അവിടവിടെ സ്വിച്ച് ബോർഡിൽ കുത്തിക്കൊണ്ടിരിക്കുന്നു. എന്നെ കണ്ട പാടെ

'വാത്ത് യൂ വാന്ത് ഗുദ് ബോയ് 'എന്ന് ശൃംഗാര ഭാവത്തോടെയും ലജ്ജയോടെയും അവൾ ചോദിച്ചു.

'ഐ വാണ്ട് ടൂ നോ ഈസ് ഹിയർ എ വേക്കൻസി ഓഫ് സ്റ്റെനോഗ്രാഫർ സ്വീറ്റ് ഗേൾ. '

'യൂ മേ ആസ്ക് ത്തു മസുംദാർ സർ. ഹി ഈസ് സിത്തിങ് അത്ത് ദി എന്ത് ഓഫ് ലാസ്ത്ത് സീത്ത്. '

'താങ്ക് യൂ സ്വീറ്റ് ഗേൾ.' എന്ന് വിഷ് ചെയ്ത് മുമ്പോട്ട് നീങ്ങി.

മജുംദാർ സാബിനരികത്തേക്ക് മുഖത്തൊരു പുഞ്ചിരിയും പ്രസന്ന ഭാവവുമായി ചുറു ചുറുക്കോടെ എത്തി.

'പാഡൻ സർ. ഇവിടെ ഒരു സ്റ്റെനോ വേക്കൻസി ഉണ്ടെന്ന് കേട്ട് എത്തിയതാണ്. ഈസ് ഇറ്റ് കറക്ട് ഓർ നോട്ട്.

'യെസ് ബോയ് നിങ്ങൾ ആ കാണുന്ന മുറിയിലേക്ക് ചെല്ലൂ' എന്ന് മാനേജരുടെ മുറി ചൂണ്ടിക്കാണിച്ച് അദ്ദേഹം പറഞ്ഞു.

ഞാൻ മാനേജരുടെ മുറിയിലേക്ക് അല്പം ഭയത്തോടെ കടന്നു ചെന്നു. അദ്ദേഹം വളരെ സൗമ്യതയോടെ ഞാൻ മുമ്പ് പണി ചെയ്തിരുന്ന കമ്പനിയുടെ വിവരങ്ങളും എക്സ്പീരിയൻസും തിരക്കിയ ശേഷം അഗർവാൾ  അഗർവാൾ എന്ന കമ്പനിയിലേക്കുള്ള ഒരു ലെറ്റർ ഡിക്റ്റേറ്റ് ചെയ്തു തന്നു. വീണ്ടും പഴയ മുറിയിലേക്ക് പോയി സ്റ്റാഫിലൊരാൾ കാണിച്ചു തന്ന ടൈപ്പ് റൈറ്ററിലിരുന്ന് ടൈപ്പ് ചെയ്ത് തിരിച്ച് അദ്ദേഹത്തിന്റെ മുറിയിലെത്തി നല്കി. ലെറ്റർ വായിച്ച് തൃപ്തിയായ അദ്ദേഹം

'യു ആർ അപ്പോയിന്റഡ്. യു മേ ജോയിൻ വിത്തിൻ ത്രീ ഡേസ്'

സാലറിയും മറ്റു കമ്പനി നിയമങ്ങളും അദ്ദേഹം മുമ്പേ പറഞ്ഞിരുന്നു. തിരിച്ച് ഓഫീസ് വിട്ടു പോന്നപ്പോൾ അകത്തുണ്ടായിരുന്നവരോടെല്ലാം നന്ദിയും അപ്പോയിൻമെന്റ് ലഭിച്ചതും അറിയിച്ചു. എല്ലാവരും സന്തോഷത്തോടെ എന്നെ അഭിനന്ദിച്ചു. ഒരു കള്ള പുഞ്ചിരിയോടെ സന്ധ്യയെന്നു പേരുള്ള ടെലഫോൺ ഓപ്പറേറ്ററോട് ഞാൻ മൂന്നു ദിവസത്തിനകം ജോയിൻ ചെയ്യുമെന്നും വീണ്ടും കാണാമെന്നും അറിയിച്ച് വിഷ് ചെയ്ത് പുറത്തിറങ്ങി.

മൂന്നാം ദിവസം തന്നെ ഞാൻ കമ്പനിയിലെത്തി ജോലിയിൽ പ്രവേശിച്ചു. കമ്പനിയിൽ മാനേജർ ഓഫീസർമാരായ യുവത്വം വിട്ടു മാറാത്ത മജുംദാർ അൻപത് വയസ്സോളം തോന്നുന്ന ഒരു പട്ടർ, പിന്നെ മേനോൻ, രാജൻ, ബിശ്വാസ് എന്നീ ടൈപ്പിസ്റ്റുകളും ടെലഫോൺ ഓപ്പറേറ്ററും രണ്ട് ധർവാൻമാരും (ഓഫീസ് ഹെൽപ്പർമാർ) ആണ് പണി ചെയ്തിരുന്നത്. എന്റെ ബോസ് മജുംദാർ സാർ എന്നോട് പ്രത്യേക സ്നേഹവും ബഹുമാനവും പ്രകടിപ്പിക്കുന്നതായി തോന്നി. രാവിലെ

ഡ്യൂട്ടിക്ക് കയറിയിരുന്നത് സന്ധ്യയുടെ സീറ്റിനരികെയുള്ള
വാതിലിന്നരികെ കൂടി ആയിരുന്നു. ഓഫീസിലേക്ക് കയറുന്നതിനിടെ
'ഹലോ മൈ ഡിയർ സ്വീറ്റ് ഗേൾ ഗുഡ്‌മോണിംഗ് 'എന്ന്
അഭിസംബോധന ചെയ്തു കൊണ്ടായിരുന്നു.  തിരിച്ച്  സുന്ദരി

'വെദി ഗുദ്‌മോനിംഗ് ഗുദ് ബോയ് ' എന്ന് വിഷ് ചെയ്യുക
പതിവായിരുന്നു.

മേനോനും പട്ടരും മറ്റും എന്നെ വാച്ച് ചെയ്യുന്നുണ്ടോ എന്ന
ചെറിയ ഒരു ഭയം എന്നെ തീണ്ടിയിരുന്നു. ചിലപ്പോഴെല്ലാം അവർ എന്നെ
നോക്കി സംശയ ഭാവത്തോടെ പുഞ്ചിരിക്കുകയും ചെയ്തിരുന്നു. എന്റെ
ഇടയ്ക്കിടെയുള്ള സന്ധ്യയുടെ അടുക്കലേക്കുള്ള പോക്കും ചെറിയ
ശൃംഗാരവും എന്റെ ബോസ് കണ്ടില്ലെന്ന് നടിക്കുകയായിരുന്നിരിക്കണം.
പട്ടർ ഇടയ്ക്കിടെ ഫോണെടുത്ത് പൂച്ച കണ്ണടച്ച് പാല് കുടിക്കുന്നതു
പോലെ ആരും ശ്രദ്ധിക്കുന്നില്ല എന്ന ഭാവത്തിൽ സന്ധ്യയോട്
സല്ലപിക്കും. അതോടെ എന്റെ തൊട്ടരികത്തിരിക്കുന്ന മേനോൻ
എന്നോട് പറയും.

'കണ്ടോടോ റോക്കീ ഇത്രയും പ്രായമായിട്ടും പട്ടരുടെ ഒരു
ശൃംഗാരം'

ഞങ്ങൾ മേനോനും രാജനും മറ്റും സന്ധ്യയുടെ അടുത്തേക്ക്
നോക്കി മെല്ലെ ചിരിക്കും. ഞങ്ങളുടെ സഹജീവിയായ ബിശ്വാസിന്റെ
ശ്രദ്ധ സദാ ടൈപ്പ് റൈറ്ററിലായിരിക്കും. ഈ നിശ്ശബ്ദ ജീവിക്ക് വേറെ
ഒന്നിനെപ്പറ്റിയും ചിന്തിക്കാനില്ലാഞ്ഞിട്ടായിരിക്കും. മജുംദാർ സാർ
ആണെങ്കിൽ കമ്പനിക്ക് വന്നിരിക്കുന്ന ലെറ്ററുകൾ ഒന്നൊന്നായി
ആഴത്തിൽ പഠിച്ച് അതിൽ ശ്രദ്ധ കേന്ദ്രീകരി ച്ചിരിക്കയായിരിക്കും.

മിനി സ്ക്കർട്ട് ധരിച്ച് ചുണ്ടിൽ ഇളം ചുവപ്പുള്ള ലിപ്‌സ്റ്റിക്കും
തേച്ച്  വാൽക്കണ്ണെഴുതി എത്താറുള്ള ടെലഫോൺ ഓപ്പറേറ്റർ
ഇടയ്ക്കിടെ ഒരു കാൽ മറ്റേ കാലിന് മുകളിൽ കയറ്റി വച്ച് മുട്ടുകാലിന്റെ
മുകൾ ഭാഗം പുറമെ കാണത്തക്ക വിധം ഇരിക്കുമ്പോൾ അത്
ശ്രദ്ധയിൽ പെടുന്ന മേനോൻ ഉടൻ തട്ടി വിടും.

'റോക്കീ കണ്ടോടോ അവൾടെ ഒരു ഒടുക്കത്തെ ഇരിപ്പ്. ഇത്
കേൾക്കുന്ന ഉടനെ  ഞാനും രാജനും മറ്റും സന്ധ്യയുടെ അരികിലേക്ക്
നോക്കി പുഞ്ചിരിക്കും. ഞങ്ങളുടെ ചിരി ശ്രദ്ധിക്കുന്നതോടെ അവൾ

'വാത്ത് ദോക്കീ. വാത്ത്. വൈ യു പീപ്പിൽ ആദ് ദാഫിങ്ങ്  എന്ന് ഒന്നും
അറിയാത്ത ഭാവത്തിൽ എന്നോട് ചോദിക്കും. ഉടനെ മേനോൻ

'നിന്റെ ഇരിപ്പു കണ്ടിട്ടാണെടീ പുല്ലേ' എന്ന് പച്ച മലയാളത്തിൽ തട്ടി വിടും. ഞങ്ങൾ മേനോനും രാജനും ഉൾപ്പെടെയുള്ളവർ പൊട്ടിച്ചിരിക്കും. ഇങ്ങനെ സന്ധ്യയുടേയും പട്ടരുടേയും മറ്റും വികൃതികളും കുസൃതികളും ഇതൊന്നും മനസ്സിലാക്കാൻ കഴിയാതെ വാ പൊളിച്ച് ഇരിക്കുന്ന ബിശ്വാസിന്റെ ഇരിപ്പും എന്റെ എല്ലാവരുമായുള്ള സൗഹൃദങ്ങളും തമാശുകളും പെരുമാറ്റങ്ങളും ഞങ്ങളുടെ ജോലി രസകരമായി മുന്നോട്ട് നീക്കിക്കൊണ്ടിരുന്നു.

ഞങ്ങളുടെ കമ്പനിയുടെ ഡയറക്ടർ ഇന്ത്യയിൽ നിന്നും അയണും സ്റ്റീലും മറ്റും കയറ്റി അയക്കുന്ന കമ്പനികളുടെ ഇന്ത്യൻ പ്രതിനിധി സ്ഥാനത്തേക്കുള്ള തിരഞ്ഞെടുപ്പിൽ മത്സരിക്കാൻ നോമിനേഷൻ കൊടുത്തിരുന്നു. ഇലക്ഷനിൽ ഞങ്ങളുടെ ഡയറക്ടർ മലയാളിയായ ഒരു കമ്പനി മാനേജരോട് ഏഴ് വോട്ടിന് തോറ്റു എന്നുള്ള വിവരം ഞങ്ങളുടെ കമ്പനികളുടെ വിദേശത്തെ ബ്രാഞ്ചുകളായ തായ് ലന്റ്, ജപ്പാൻ, ന്യൂയോർക്ക് എന്നിങ്ങനെയുള്ള ഓഫീസുകളിൽ അറിയിക്കാനായി എന്റെ ബോസ് ഒരു ലെറ്റർ ഡിക്റ്റേറ്റ് ചെയ്ത് തന്നു. ഞാനത് ഭംഗിയായി ടൈപ്പ് ചെയ്ത് ബോസിന്റെ അരികിലെത്തി. കത്ത് ഓടിച്ച് വായിച്ച ഉടനെ അദ്ദേഹം എന്നെ നോക്കി പൊട്ടിപ്പൊട്ടി ചിരിക്കാൻ തുടങ്ങി. എന്താണ് കാര്യമെന്ന് പറയാതെയായിരുന്നു ബോസിന്റെ ചിരി. മേനോനും സന്ധ്യയും മറ്റും ഞങ്ങളെ ശ്രദ്ധിക്കുന്നുണ്ടായിരുന്നു. ബോസിന്റെ ചിരി കണ്ട് ദേഷ്യം വന്ന ഞാൻ ചോദിച്ചു.

'വൈ ആർ യൂ ലാഫിങ് ലൈക്ക് ആൻ ആസ് സർ' ബോസിനോട് ഒരിക്കലും ഒരു കീഴ്ജീവനക്കാരൻ ചോദിക്കാൻ പാടില്ലാത്ത ചോദ്യമായിരുന്നത് എന്ന് പിന്നീട് എനിക്ക് തോന്നി.

'തനിക്ക് മനസ്സിലായില്ല അല്ലേ?'

'പാഡൻ എനിക്ക് മനസ്സിലായില്ല സാർ.' ഞാൻ വിനയത്തോടെ പറഞ്ഞു. ഉടനെ ബോസ്

'എടോ തനിക്ക് അറിയുമോ നമ്മൾ അയക്കുന്ന ഇത്തരം ലെറ്ററുകൾ നമ്മുടെ വിദേശത്തെ ബ്രാഞ്ചുകളിൽ എത്തുമ്പോൾ ഇതിലെ തെറ്റ് കണ്ട് അവർ നമ്മളെ ചീറ്റ് ചെയ്യും. നമ്മുടെ ഡയറക്ടർ ഏഴ് വോട്ടിന് തോറ്റു എന്നല്ലേ അവരെ നാം അറിയിക്കുന്നത്.'

'യെസ് സർ'

'താനിതിൽ വോട്ട് അഥവാ ബാലറ്റ് എന്നതിന്റെ സ്പെല്ലിംങ് ടൈപ്പ് ചെയ്തിരിക്കുന്നത് ബി എ എൽ എൽ ഇ ടി എന്നല്ലേ? ബാലറ്റ് എന്നതിന്റെ ശരിയായ സ്പെല്ലിംങ് എന്താണെന്ന് റോക്കിക്ക് അറിയുമോ? '

'ബി എ എൽ എൽ ഇ ടി എന്നാണ് ഞാൻ ധരിച്ചു വച്ചിരിക്കുന്നത് ബോസ്'

'യു ആർ മിസ്റ്റേക്കൺ ബോയ് ബി എ എൽ എൽ ഇ ടി എന്നതിന്റെ അർത്ഥം റഷ്യൻ നൃത്തം എന്നാണ്. ബി എ എൽ എൽ ഒ ടി എന്നതാണ് ശരി. താൻ അടിച്ച് വച്ചിരിക്കുന്ന കത്ത് വായിക്കുമ്പോൾ നമ്മളുടെ ബ്രാഞ്ചിലെ ഓഫീസർമാർ മനസ്സിലാക്കുന്നത് നമ്മുടെ ഡയറക്ടർ റഷ്യൻ നൃത്തത്തിൽ പങ്കെടുത്തു എന്നായിരിക്കില്ലേ. താൻ നല്ല സ്മാർട്ട് പയ്യനല്ലേ. നാളെ താൻ ഈ കമ്പനിയിലെ ഓഫീസറോ മാനേജരോ ആയി മാറാൻ ഇട വന്നാൽ അതിന്റെ ക്രെഡിറ്റ് എനിക്ക് കൂടി ലഭിക്കില്ലേ?'

'യെസ് സർ അയാം സോ സോറി' എന്നു പറഞ്ഞ് ഞാൻ ആ ലെറ്റർ തിരുത്തി ടൈപ്പ് ചെയ്യുന്നതിന് എന്റെ സീറ്റിലേക്ക് പോയി.  ഒരേ ഒരക്ഷരം തെറ്റിയാലുള്ള  വിന എന്തായിരിക്കുമെന്ന് അതോടെ എനിക്ക് ബോധ്യമായി.

---